आपल्या
स्नेहीजनांना
पुस्तके
भेट द्या

एक पायरी वर

स्वाती चांदोरकर

मेहता पब्लिशिंग हाऊस

✆ +91 020-24476924 / 24460313 / Mob. No. 9545000513

Email : production@mehtapublishinghouse.com

Website : www.mehtapublishinghouse.com

- *या पुस्तकातील लेखकाची मते, घटना, वर्णने ही त्या लेखकाची असून त्याच्याशी प्रकाशक सहमत असतीलच असे नाही.*

EK PAYARI VAR by SWATI CHANDORKAR

एक पायरी वर : स्वाती चांदोरकर / कादंबरी

Email : author@mehtapublishinghouse.com

प्रकाशक : सुनील अनिल मेहता, मेहता पब्लिशिंग हाऊस,
१९४१, सदाशिव पेठ, माडीवाले कॉलनी, पुणे – ४११०३०.

मुद्रक : ट्रिनिटी अ‍ॅकॅडमी फॉर कॉर्पोरेट ट्रेनिंग लिमिटेड

मुखपृष्ठ : चंद्रमोहन कुलकर्णी

प्रकाशनकाल : फेब्रुवारी, २०१२

किंमत : ₹ १६०

P Book ISBN 9788184983371

प्रिय देविका,
ही कादंबरी तुला देत आहे.
ह्या कादंबरीतल्या व्यक्तींशी तुझी ओळख
ती कादंबरी लिहितानाच झाली आहे.
फार जवळून....
म्हणूनच....!

प्रस्तावना

घुसमटणाऱ्या जिवाला मोकळी हवा हवी आहे,
भरभरून श्वास घेण्याकरता शुद्ध हवा हवी आहे

चार भिंतींत मायेची साय हवी आहे,
तडतडणाऱ्या फोडणीतून सुटका हवी आहे

तप्त मनाच्या जमिनीवर चार थेंबांचा शिडकावा नको आहे,
अखंड कोसळणाऱ्या पावसाची चिंब भिजणारी सर हवी आहे

पाऊल ओढत, घसरत चालत; पावलाला भेगा नको आहेत,
वाऱ्याच्या झुळकीवरचं हलकं तरंगणं, लहरणं हवं आहे

तनमन जाळणारे शब्दांचे तोफगोळे नको आहेत,
संथ, हळुवार, सामंजस्याचं गुणगुणणं हवं आहे

एका मनाचं दुसऱ्या मनाला तुडवणं नको आहे,
शांत, कुशीतलं, मनाला सांभाळणं हवं आहे

हे हवं, ते नको, असं आशेवरचं जगणं नको आहे,
खंबीर खांद्याचा एक शाश्वत आधार हवा आहे

प्रश्न एकच आहे....

मोकळी हवा, भरभरून श्वास, पावसाची सर, हलकं तरंगणं,
हळुवार गुणगुणणं, मनाला सांभाळणं, आधार देणारं

असा तू होणार आहेस का?

असं होता येणं कठीणच. कुणालाही. ही तर कवीकल्पना. पण ह्या कल्पनाच मनावर राज्य करतात स्वप्नं तर असतातच, पण त्यात भर पडत राहते अनेक प्रकारांनी. स्वप्नांना सत्यात उतरवण्याचा अट्टाहास सुरू होता, काही प्रमाणात स्वप्नं पूर्ण होतात तर काही... पण काही प्रमाणातच. पूर्ण झालेली स्वप्नं समाधान देत नाहीत. तो हक्क वाटतो आणि मग अपूर्णतेला पूर्ण करण्याची एक जीवघेणी धावपळ सुरू होते... अंतहीन!

स्वप्नं विखुरतात. सत्य भेडसावू लागतं. एक अनामिक भय ग्रासून टाकतं. ह्या भयावर मात करण्यासाठी वेगळेच मार्ग अवलंबले जातात आणि खोल गर्तेत जाणाऱ्या पायऱ्या एक-एक करून उतरल्या जातात. आणि शेवटी पायऱ्या उरतच नाहीत.

जितक्या पायऱ्या उतरल्या गेल्या. त्या पुन्हा चढायच्या आणि निदान समपातळीवर यायचं, की तिथेच खाली थांबायचं, हा प्रश्न ज्याचा त्याचा! एक-एक पायरी वर चढण्यासाठी मात्र मनाची खंबीरता आणि सत्याची जाणीव सातत्याने असायला हवी. आणि ती ज्याची त्यानेच मिळवायला हवी.

मिळवणं म्हणजे मागणं. कुणी म्हणतं, जितकी पात्रता आहे तितकंच मागावं. कुणी जास्त मागावं, म्हणजे निदान जितकं हवं, तितकं मिळतं. तर कुणी म्हणतं, मागूच नये. आपलं आपण मिळवावं. हे मागणं मग पैसा असेल, शांतता असेल, आनंद असेल काहीही मागणं असू शकेल. संसार मागणं हेही....

पण शेवटी उत्तर एकच की, मागून काही मिळत नाही. वस्तू मिळतात, पण समाधान मिळत नाही. संसार मिळतो, पण साहचर्य मिळत नाही. आप्त मिळतात, स्वकीय मिळत नाहीत.

सत्याची जाणीव आणि खंबीरतेने पुन्हा समपातळीवर तर येता येतं, पण तिथे थांबून चालत नाही. आता पायरी चढावीशी वाटते, ती उर्ध्व दिशेने जाणारी.

वैष्णवीसारख्या अनेक स्त्रिया असतील. स्त्रीच का? पुरुषही असतील. स्वप्नांना सत्य मानणारे... आणि ती असत्य आहेत, हे जाणवलं, की खोल गर्तेत जाणारे. पण कदाचित त्या गोल गर्तेतून पुन्हा स्वतःला खेचून उर्ध्व दिशेने प्रवास करणारी... एखादीच असेल... वैष्णवी!

■

एक

लॅच कीने दार उघडून वैष्णवी रिकाम्या, काळोख्या घरात शिरली. घर रोजच काळोखं असतं, रिकामंच असतं. पण आज तिला हा काळोख आणि रिकामपण अंगावर आल्यासारखं वाटलं. समोरच्या मॉलमधलं लायटिंग असंच चकाकत असतं, जे तिला रोज तिच्या घराच्या खिडकीतल्या काचेतून दिसतं. आजही दिसलं. त्या लायटिंगचा अंधूकसा प्रकाश काचेतून गाळून हॉलमध्ये आला होता. तेवढासा उजेड तिला आत्ता पुरेसा वाटला. पायातल्या चपला तिने जवळजवळ भिरकावल्याच. अचानक तिला तिच्या बाबांची आठवण आली. घरात शिरल्याबरोबर बाबा त्यांच्या चपला हळुवार काढत. कोपऱ्यात नीट उचलून ठेवत आणि त्या चपलांना नमस्कार करत 'खाचखळगे, चिखल, दगडधोंडे, रस्त्यावर लोकांनी टाकलेल्या पिचकाऱ्या, शेणमूत यातून माझ्या पावलांना वाचवलंत, स्वच्छ ठेवलंत, तुम्हाला नमस्कार.' म्हणत. आपण हसायचो तेव्हा. चुकत होतो. चुकत राहिलो. आताही चुकलोच. वैष्णवीला भिरकावलेल्या चपला निदान नीट ठेवाव्यात असं वाटलं. फक्त वाटलं. तिनं तसं केलं नाही. सरावलेल्या बोटाने फॅन फुलस्पीडमध्ये ऑन केला आणि तिने स्वत:ला कोचावर फेकलं. कितीतरी वेळ ती तशीच बसून राहिली. 'आपण आत्ता जे केलं ते योग्य केलं का? काय वाटलं असेल प्रतोषला? त्याच्या चेहऱ्यावरचे भाव अजूनही डोळ्यांसमोर तरळत आहेत. काय होतं त्या नजरेत? कशी जिरली... हा भाव की दया? की काहीच नाही. कोरडे, उपरे भाव?' वैष्णवीला आजची संध्याकाळ आठवू लागली.

'हॅलो, प्रतोष?'

'हो. येतोच आहे.'

'दीड तास झाला, तुझी वाट बघत्ये.'

'आलोच.

प्रतोषने मुद्दाम उशीर केला का? आधी असा नव्हता तो. वेळेच्या आधीच पोहोचायचा. मग?

'सॉरी, उशीर झाला.'

'हरकत नाही. तू आलास हेच खूप.'

'बोल.'

'मी काय बोलू? तू सांग.'

'चहा मागवू या?'

'दिली ऑर्डर. पनीर पकोडेपण मागवलेत.'

'बरं.'

'बोल ना आता. काय विचार केलास?'

'वैष्णवी, मी काही विचार अजून केलेला नाही आणि फक्त माझ्या विचाराला, म्हणजे निर्णयाला तसं महत्त्वही नाही. दादा, वहिनी, आई आणि मुख्य म्हणजे सुषमा आणि सागर, यांनाही विचारायला हवं.'

'सुषमा, सागरला काय विचारायचं? आई आहे मी त्यांची.'

'म्हणूनच विचारायला हवं. एक वेळ दादा, वहिनी वगैरेंना कन्सिडर केलं नाही तरी चालेल, पण मुलांना विचारायला हवं ना!'

'येऊ दे मला घरी. बघ, मी त्यांच्या सर्व तक्रारी दूर करेन. तुला चालेल ना मी घरी आलेलं?'

'वैष्णवी, खरं तर इतक्या वर्षांनंतर... मला समजत नाहीये की काय उत्तर देऊ. चौदा-पंधरा वर्षं झाली नाही तुला घर सोडून? तुझ्या नसण्याची सवय झाली. एकटं रहाण्याची सवय झाली. कुणी मला काही प्रश्न विचारत नाही. मला कुणाला कसली उत्तरं द्यावी लागत नाहीत.'

'मी नाही काही प्रश्न विचारणार तुला.'

'पण मी विचारेन तुला कदाचित...'

'चालेल.'

'मग तर प्रश्न आत्तापासूनच सुरू होतील माझे.'

'विचार.'

'शास्त्री कोण गं?'

'अं?'

'दचकलीस तू. हा शास्त्री कोण?'

'होता, माझा मित्र...'

'आता नाहीये?'

'नाही.'

'बरं, आधी हा मित्र कसा काय झाला याचं उत्तर दे आणि आता तो मित्र का नाही याचंही.'

'प्रतोष, मी तुला विचारलं का की रागिणी कोण ते?'

'तू मला प्रश्न विचारणार नाहीच आहेस ना पण!'

'कबूल. पण तरीही!'

'नो वेज्. घर सोडून तू गेलीस आणि त्यानंतर रागिणी असो की चिंगी मिंगी असो, इट्स नन ऑफ युवर बिझनेस.'

'मग याचप्रमाणे मी घर सोडून गेल्यावर शास्त्री असो की चंगू मंगू...'

'इट इज माय बिझनेस. घरी परतून तुला यायचंय.'

'म्हणजे तू बोलवत नाहीयेस?'

'मी? कधी? कधी बोलावलं तुला? अगदी सुरुवातीला म्हणालो होतो, पण, तुला यायचंच नव्हतं ना! से? आता काय त्याचं? एकदा नाही तर चार-पाच वेळा बोलावलं. तू नाही आलीस. मग आता का बोलावू?'

'माझंच चुकलं का? का गेले मी घर सोडून?'

'हळू बोल. सी. सी. डी.त बसलोय आपण! नाक्यावरच्या इराण्याकडे नाही.'

'प्रतोष, मी सर्व काही विसरून घरी येऊ इच्छिते रे.'

'चार दिवसांपूर्वी प्रथमच तुझा फोन आला. आईशप्पथ! सॉलीड हललोच आणि त्यात सरळसरळ विचारलंस काय, 'तर मला घरी येऊ देशील?' मॅडम, विचार करायला हवा. आय नीड सम टाईम.'

'प्रतोष!'

'कमॉन! डोंट बी सो इमो. उगीचच रडून तमाशा करू नकोस. आठ दिवसांनी भेटतो इथेच. याच वेळेला. नाऊ मॅडम, पे द बिल. अँड बाय.'

डोअर बेल वाजली तशी वैष्णवी भानावर आली. जड झालेलं अंग तिने कसंतरी सावरलं. दारात शमीला बघून वैष्णवीला हलकं वाटलं. हाक मारली की, कसंही करून येणारी शमी! शमीने दारात आल्या आल्या आधी भरारा बटनं दाबली. हॉलमधले सगळे दिवे लखलखू लागले. हॉल स्वच्छ वाटला. फुलस्पीड फॅन शमीने कमी केला. खिडक्या उघडल्या. ताजी हवा जणू वाटच बघत होती. काचांचा अडसर बाजूला झाल्याबरोबर ती आत घुसली.

'आता बोला मॅडम.'

'शमी, मी भेटले आज प्रतोषला.'

'वा! काय म्हणाला?'

'त्याला, त्याला काही फरकच पडत नाहीये गं! इतका परका, उपरा वागत होता की...'

'स्वाभाविक आहे ना हे वै!'

'तू पण असंच म्हणतेस? मीच चूक! का असं सगळं माझ्याच माथी...'

हां हां म्हणता वैष्णवीचे डोळे भरून आले. नाकाचा शेंडा लाल झाला. नाकपुड्या फुलल्या. वैष्णवी रडायला लागली की, अगदी लहान मुलीसारखी दिसते. गोरी आणि गुबगुबीत गाल. या वयातही! खालचा ओठ थोडासा बाहेर वळतो रडताना. वयानुसार बदल म्हणावा तर डोळ्यांखाली काजळी धरायला लागलीय. तिच्या गोऱ्या रंगामुळे ती जास्तच जाणवते. शमी दचकली. वैष्णवी रडतेय आणि आपण तिची समजूत घालायची सोडून...

'वै, शांत हो. हे बघ, प्रतोष असाच काहीतरी वागणार हे तुला ठाऊक असायला हवं.'

'होतं माहीत. पण निदान सी सी डी सारख्या ठिकाणी तरी...'

'तुला म्हणायचंय काय? तुझं वाईट वाटणं कशाबद्दल आहे? तू परतून घरी जाऊ शकणार नाहीस कदाचित याचं की, सी सी डी त अपमानित झालीस, याचं? मला तुझं काही कळतच नाही.'

'सोडून दे. हे बघ, नाऊ आय ॲम नॉर्मल!'

'वा!'

'तू निघ. विहंग तुझी वाट बघत असेल.'

'तो येणार आहे मला न्यायला. जेवणाचं काय? मला तर जाम भूक लागलीय.'

'ऑर्डर करते.'

'तू वैकडे आलेलं मला आवडलेलं नाहीये.'

'मला माहितेय ते विहंग.'

'तिच्यामुळे आपल्यात भांडणं होतात, तरीही!'

'किती वेळा सांगू तुला? मैत्रीण अशी मीच आहे तिला.'

'तरीही.'

'आपण काही वेगळं बोलू या?'

'नाही. हाच विषय बोलायचाय आज.'

'बरं, बोल.'

'शमी, ती मैत्रीण म्हणवून घ्यायच्या लायकीची आहे का?'

'मैत्रीण म्हणून ती खरंच चांगली आहे. हेल्पिंग नेचर आहे तिचं आणि...'

'बाकी बऱ्याच गोष्टी अशा आहेत तिच्या की...'

'तिला घरी परतायचंय.'

'व्हॉट?'

'येस. तिला प्रतोष, सागर आणि सुषमाबरोबर रहायचंय.'

'शॉक आहे ही न्यूज म्हणजे.'

'काल प्रतोष आला होता माझ्या ऑफिसात. माझा सल्ला घ्यायला. वैला घरी येऊ द्यावं का असं विचारत होता.'

'तू काय सांगितलंस?'

'वैशी तेच बोलायला तिच्या घरी गेले होते. पण तिने धड बोलू दिलं नाही.'

'आता तेरा-चौदा वर्षांनंतर तिला उपरती झाली की, दुसरंच काही कारण आहे?'

'सांगितलं ना, ती या विषयावर जास्त काही बोललीच नाही.'

'प्रतोषला भेटायला हवं.'

'कशाला?'

'ॲडव्हाइस द्यायला. सरळ नकार दे म्हणावं.'

'का?'

'कमॉन शमी, तेरा-चौदा वर्षं घर, नवरा, मुलं सोडून गेलेली बाई, अचानक घरी येऊ इच्छिते म्हणजे...'

'कळली असेल तिला तिची चूक.'

'हॅट! इतकं सोपं नाहीये. चूक कळायला तेरा-चौदा वर्षं लागतात?'

शमी गप्प बसली. या प्रश्नावर तिच्याकडेही उत्तर नव्हतं. पण वैष्णवीच्या तेरा-चौदा वर्षांच्या प्रवासाची ती साक्षीदार होती. शमीला तो दिवस आठवला. जेव्हा वैष्णवी तिचं घर सोडून आली होती. आली ती थेट आपल्याकडे. आपलं नुकतंच लग्न झालं होतं. नुकतंच म्हणजे पाच-सहा महिनेच झालेले. अजून सासरची माणसं नीट समजली नव्हती. विहंगही तसा परकाच वाटत होता. कधीकधी खूप जवळचा वाटायचा, तर कधीकधी अगदी अनोळखी. वै आली तो रविवार होता. चांगलंच आठवतंय.

'शमी, तुझ्याशी फार महत्त्वाचं बोलायचंय.'

'बोल की!'

‘इथे नाही. बाहेर चल.’

सगळ्यांच्या प्रश्नार्थक नजरा. आपण कावरेबावरे.

‘बाहेर नको. आत बसू या.’ विहंगला खुणेनेच चालेल ना? असं विचारलं होतं. तो हो म्हणाल्यावर वै ला घेऊन बेडरूममध्ये गेलो.

‘मी घर सोडून आले.’

‘काय?’

‘हो. यापुढे माझं आणि प्रतोषचं जमणं अशक्य आहे.’

‘काय झालं? नीट सांगशील?’

‘तो माझा फायदा घेतो.’

‘नवरा कधी बायकोचा फायदा घेतो का?’

‘हो घेतो आणि आता मला हे सहन होत नाही.’

‘म्हणजे नक्की काय करतो?’

‘मी नोकरी करते. सुषमा आणि सागरला याने सांभाळायला नको?’

‘अं!’

‘हा स्वत: काहीच करत नाही. मोठमोठ्या गप्पा मारतो. कसलं कन्सल्टिंग करतो? काय व्यवसाय याचा? घरात एक छदाम देत नाही तर त्याच्याच आईने सांगितलं. ‘तुम्ही तुमची वेगळी सोय बघा. तुम्हा चौघांना आम्ही पोसू शकत नाही.’

‘असं?’

‘हो. माझा सगळा पगार घरात आणि प्रतोषने केलेली उसनवारी फेडण्यात जातो. माझं माझ्यापाशी काही रहातच नाही.’

‘म्हणून घर सोडून जाणं हा त्यावर उपाय नाही. मुलांचं काय?’

‘सुषमाच्या वेळेला... मला नकोच होतं ते मूल.’

‘आणि सागर?’

‘तेव्हा हवं होतं.’

‘कमाल आहे तुझी. एक मूल नको असताना झालं तर तेच उत्तम रीतीने वाढवायचं ना!’

‘काय कमी केलं तिला?’

‘पण मग आणखी एका मुलाची जबाबदारी का घेतलीस? बरं, घेतलीस तर घेतलीस! मग आता ती जबाबदारी टाळत्येस, हे बरोबर आहे?’

‘तो बापाची कर्तव्यं पाळतोय का?’

‘नसेलही! म्हणून तू आईची कर्तव्यं पाळणार नाहीस?’

‘ती मी दुसरीकडे राहूनही पार पाडू शकेन.’

'दुसरीकडे रहाणार, म्हणजे कुठे? एकटीच की मुलांना घेऊन?'

'त्यांना माझ्या बरोबर यायचं असेल तर त्यांनी यावं.'

'याचा अर्थ, तू त्यांना घेऊन जाणार नाहीस. त्यांनी यावं...'

'हो.'

'दोन वर्षांची सुषमा आणि आठ महिन्यांचा सागर! त्यांना त्यांचं मत विचारत्येस? त्यांना चॉईस ठेवत्येस! वा!'

'हे बघ.'

'तूच बघ. जे बोलत्येस ते कितपत योग्य आहे?'

'योग्य-अयोग्य असा विचार करत बसायचा नाहीये मला. मला माझंही आयुष्य हवं काही.'

'बरोबर आहे. पण ते अशा तऱ्हेने मिळवायचं का?'

'मग काय करू? नोकरी करत नव्हते, तेव्हाचे माझे हाल तुला आठवत नाहीत? किती आनंदाने संसाराला सुरुवात केली होती. पण, नंतर नंतर...'

सोसायटीच्या गेटचा आवाज आला तशी शमी भानावर आली. जराशा घुश्श्यातच असलेल्या विहंगकडे तिने एक सौम्य कटाक्ष टाकला. 'जाऊ दे ना.' असं सांगणारा. विहंगने गाडी गॅरेजमध्ये पार्क केली.

'आता घरी गेल्यावर आईबाबांसमोर वै चा विषय काढायचा नाही.'

'गुड! त्यांच्या मनात तिचं ते पहिलंच इंप्रेशन अजूनही ठाम आहे.'

'विहंग, तेरा-चौदा वर्षं लोटलीत मधे!'

'हो. पण वै जशी होती तशीच आहे. अगदी आजही! म्हातारपण भेडसावू लागलंय, म्हणून ही परतून येण्याची नाटकं. तिला आता कोण विचारणार प्रतोषशिवाय?'

'विहंग!'

'ओरडू नकोस. खरं तेच बोलतोय. शांत हो आणि, घर आलंय.'

घर आलं, की आपण घरापाशी पोहोचलो? आपण घरापाशी पोहोचलो. पोहोचावं असं घर आपल्यापाशी आहे. वैचं काय? तसं तर तिला तिचं घर होतंच. अगदी जन्मल्यापासून...!

रात्र अंगावर येत होती. शमी गेली आणि वैष्णवीला घर रिकामं वाटू लागलं. तसं तर गेली अनेक वर्षं घर रिकामंच तर होतं. उंची फर्निचर, सुंदर रंगसंगती, मखमली मुलायम पडदे, टी. व्ही. वगैरे गोष्टींनी घराला जडत्व

आलंय, पण भरीवता आलेली नाही, येतही नाही हे वैष्णवीला नव्याने जाणवलं. 'या अशा घराचं स्वप्न आपण लहानपणापासून बघत आलो. त्या वयात या वस्तू म्हणजेच सर्व काही असं सतत वाटायचं. त्यात काही चुकीचं नव्हतंही. भाईंदरमध्ये एका चाळीतलं कोपऱ्यातलं घर. त्या घरात रहाणारी सात माणसं. तिघं आडवी पसरली की, घर संपूनच जायचं. चाळीबाहेर चार पावलं टाकली की, दुसऱ्या चाळीची कमान. वारं, उजेड काही संबंधच नाही. सतत कोंदटलेलं. अशा वातावरणात माझी तीनही भावंडं आनंदाने रहात होती. आई, बाबा, आज्जी सगळेच. मग मीच का घुसमटायची? शाळेत होते, तोपर्यंत ठीक होतं. सगळेच तसे, तशाच वातावरणातून, परिस्थितीतून आलेले. तफावत जाणवली ती कॉलेजमध्ये गेल्यावर.'

कॉलेज! आयुष्य बदललं ते तिथूनच. आधीची बुजरी वैष्णवी बदलू लागली. आपण सुंदर आहोत ही जाणीव कॉलेजने करून दिली. मुलांच्या नजरांना बांधून ठेवणं वैष्णवीला जमू लागलं. आवडूही लागलं आणि वैष्णवीच्या गरजा वाढू लागल्या.

'आई, मला जीन्स घ्यायची आहे.'

'गेल्याच महिन्यात घेतली ना?'

'मग काय? एकच एक वापरू?'

'अगं, पण कुठून घेऊ तुला आता पँट?'

'शी ऽ ऽ पँट काय म्हणतेस? जीन्स म्हण.'

'तेच ते.'

'आई, मी आता कॉलेजला जाते. शाळेत नाहीये, एकच एक युनिफॉर्म घालायला.

'वैष्णवी, जरा समज. तुझ्या मागे अजून तिघं आहेत. मला त्यांचंही हवं नको बघायला हवं. ही भाजी मोड.'

'ही असली कामं मी नाही करणार. मला अभ्यास आहे.'

'मग कर अभ्यास. चांगली शिकलीस तर नोकरी मिळेल. घराला हातभार लागेल.'

'पण आई...'

'जा आता. डोकं उठवू नकोस माझं. मला कामं आहेत.'

घरातून आपला हट्ट पूर्ण होणं शक्य नाही हे वैष्णवीला माहीत होतं. तरीही

हट्ट धरला जात होता. ती आई-बाबांची ओढाताण बघत होती. खरं तर तिने समजुतीने वागायला हवं होतं. एक मन, आहे ही परिस्थिती स्वीकारायला हवी असं सांगत होतं, तर दुसरं मन बंड करत होतं. कॉलेजमधल्या मुलींचे सुंदर ड्रेसेस बघून तिला आपल्या त्याच त्या कपड्यांची लाज वाटायची आणि मग आई-भावंडांबरोबरचे वाद पराकोटीला जायचे.

वैष्णवीला आताही ते प्रसंग जसेच्या तसे आठवू लागले. 'का नाही समजले मी आईचा नाइलाज? एकट्या बाबांच्या पगारात कसं निभावून नेत होती ती सर्व? मुळात परिस्थिती नसताना चार-चार मुलं हवीच होती का? प्रत्येकजण मन मारून जगत होतं. पण कुणी तसं कधी दर्शवलं नाही. दर्शवणारी मी - मी एकटीच आणि म्हणूनच उद्धट ठरले. त्यांना डोईजड वाटू लागले. कितीतरी वेळा त्यांनी तसं बोलूनही दाखवलं. 'एकदा तुझं लग्न झालं की आम्ही सुटलो!' आणि ते सुटलेही. पण त्या आधी मात्र, तोपर्यंत... लग्न होईपर्यंत...'

वैष्णवीने मान झटकली. रात्र बरीच चढली होती. आता झोप हवी. अगदी शांत झोप हवी होती तिला. वैष्णवी बेडरूममध्ये गेली. कपाट उघडलं. समोरच एक लेसचा झुळझुळीत गाऊन होता. अबोली रंगाचा. मिहीरला आवडणारा. 'मिहीर!' याने तर आपल्या आयुष्यातली महत्त्वाची वर्षं व्यापून टाकली.

वैष्णवीने नकळत तो गाऊन कपाटातून बाहेर काढला. जरासा झटकला. वॉश घेऊन तो परिधान केला. आरशासमोर उभी राहिली. त्या अबोली झुळझुळीत गाऊनमधून तिला तिचा देह आरपार दिसत राहिला. तिला आपल्या फिगरचं कौतुक वाटलं. आजही आपण तितक्याच कमनीय आहोत, असा गर्व वाटला. चेहरा पुसता पुसता केसांमध्ये करडी झाक दिसली. वयस्कर होत चालल्याचं हे लक्षण! आणि म्हणूनच तिला आता सेक्युअर्ड आयुष्य हवंसं वाटू लागलं होतं. घर, माणसं हवीशी वाटू लागली होती. 'घरी परतायचं' असं... 'प्रतोष! तुला समजत नाहीये. मी घर का सोडलं, ते तुला समजलं नाही आणि आता का घरी यावंसं वाटतंय, हेही तुला समजत नाहीये.' ती हताश झाली. हा अबोली लेसचा, झुळझुळीत गाऊन काढून फेकून द्यावा आणि जाडंभरडं कापड गुंडाळावं असं तिला प्रकर्षाने वाटलं. पुन्हा डोळे पाझरू लागले. मनाची ही संभ्रमावस्था तिला समजेना. 'ताठ असणारी वैष्णवी इतकी दुबळी का झाली?' हा प्रश्न पिच्छा सोडेना. तिने ड्रेसिंग टेबलचा लाईट ऑफ केला आणि पलंगावर स्वत:ला झोकून दिलं. डनलॉपच्या गादीने अलगद तिला स्वत:त सामावून घेतलं.

* * *

'आई, तू अजून जागी आहेस?'

'किती उशीर रे प्रतोष! कुठे गेला होतास?'

'वैष्णवीला भेटायला.'

'इतका वेळ?'

'नाही. संध्याकाळी भेटलो होतो आणि नंतर...'

'समजले. कधी तुझं हे व्यसन सुटणार कोणास ठाऊक! बरं, जेवला आहेस का?'

'हो.'

'काय म्हणाली वैष्णवी?'

'तेच. तिला घरी यायचंय.'

'तू काय सांगितलंस?'

'विचार करतो, असं म्हणालो तिला.'

'आता का येत्ये ती? विचारलंस?'

'अं. नाही.'

'हे विचारायला हवं ना! तडकाफडकी दोन लहान मुलांना सोडून जाताना काही वाटलं नाही तिला. नंतर साधी मुलांची चौकशीही केली नाही. तुझी चौकशी केली नाही. माझी, इतरांची तर गोष्टच दूर. आता कशाला येते? तुला, मुलांना सवय नाही तिची. मुलं तर आई-बाप असूनही परक्यांकडे वाढली. गौरीला मूल नाही. तिने सागरला आपला मुलगा मानला. जावईबापूंनीही आपलाच मानला. एक वर्षाचा होता सागर! तेव्हापासून त्यांच्याकडे वाढला. आठवतंय ना?'

'आई, मी कसं विसरेन? ताई आली आणि मोठ्या मनाने, प्रेमाने सागरला घेऊन गेली.'

'सागर, जावईबापू आणि गौरीला आई-बाबा म्हणतो हे विसरू नकोस. आता ही बया आली तरी सागर तिला आई मानेल का?'

'पण, तीच त्याची खरी आई आहे ना?'

'पण प्रेम कुणी दिलं? हट्ट कुणी पुरवले? लळा कुणी लावला? आणि आता हिला यावंसं वाटतं? मुलांचं प्रेम उभारून आलंय म्हणून गौरीला पोरकं करायचं? तिने पुन्हा निपुत्रिक म्हणून जगायचं? वा रे म्हणे प्रेम या आईचं!'

'मी थकून आलोय. झोपू आता? तूही झोप.'

'झोप यायला हवी ना? इतके वर्षं शांत, सुरळीत चाललेलं सगळं. हिने ढवळून टाकलं आणि काय रे, ती सुषमा तिथे नागपूरमध्ये! तिला इथे यायला लावायचं आता? का म्हणून? दादाने सर्व जबाबदारी घेतली तिची. मुलीप्रमाणे

केलं तिचं. रात्र रात्र जागवली तिच्या आजारपणात! तू हा असा! ना धड उद्योग काही! या दोघांनी दोन्ही मुलांना सांभाळलं, म्हणून...'

'थकलोय मी. बास झालं. मी सांगितलं होतं का गौरीला आणि दादाला मुलांना न्यायला?'

'वा! हे वरतून तुझं बोलणं! जा. झोप जा. आयुष्य झापड लावूनच गेलं तुझं!'

'कोण जबाबदार याला? मी? की तुम्ही?'

'जा. उगाचच...'

'जातो. शांत रहा आता.'

पुष्पाबाई शांत बसून राहिल्या. वरवर शांत दिसत होत्या, पण आतून सर्व विस्कटलं होतं. प्रतोष जेव्हा वैष्णवीला पहिल्यांदा घरी घेऊन आला तेव्हाच त्यांना वैष्णवी तितकीशी आवडली नव्हती. दिसायला सुंदर होती, पण ते सौंदर्य उग्र वाटत होतं. त्या सौंदर्यात स्निग्धता, सौम्यता नव्हती. ओळख करून दिल्यावर साधा नमस्कार करण्याची शिष्टता तिने दाखवली नव्हती हे तर पुष्पाबाईंना फारच खटकलं होतं. त्यांना ही पहिली भेट आठवायला लागली.

'आई, ही वैष्णवी. वैष्णवी, ही माझी आई.'

'बस.'

'तुम्ही बोला, जे काही विचारायचं असेल ते विचारा.'

'काय करतेस?'

'लास्ट इयर बी. ए.'

'कुठे रहातेस?'

'भाईंदरला.'

'ब्लॉक आहे?'

'नाही. चाळीत राहते.'

'कोण कोण असतं घरी?'

'आई, वडील, तीन भाऊ.'

'मोठे की?'

'तिघंही लहान आहेत माझ्यापेक्षा.'

'वडील काय करतात?'

'म्युन्सिपालिटीत क्लार्क आहेत.'

'आई?'

'घरीच आहे.'

‘भागतं सर्वांचं?’

‘आई, हे कशाला विचारत्येस!’

‘विचारायला हवं आणि तू आडनाव नाही सांगितलंस?’

‘वैष्णवी दत्ताराम साळवी.’

‘साळवी म्हणजे?’

‘आई, जातीशी काय करायचंय?’

‘सगळंच जर ‘काय करायचंय?’ असं असेल, तर मला प्रश्न विचारायला सांगितलंसच कशाला? नाना विचारतील, तर त्यांना सांगता आलं पाहिजे ना!’

‘नानांना सांगेन मी. तू तुझं सांग. आवडली ना?’

‘ठरवलं आहेस ना तू? मग?’

‘आवडली. चला.’

‘लग्न करायचंय ना? की खेळ आहे हा? अरे, तिचे आई-वडील भेटायला हवेत. बोलणी व्हायला हवीत.’

‘ती करा तुम्ही. वै, कधी आणतेस आई-बाबांना?’

‘तू सांग किंवा तू भेट त्यांना घरी येऊन!’

‘चल आत्ताच!’

‘अरे पण, नानांशी बोलू देत आधी!’

‘रात्री खूप बोलू. आता जाऊन येतो.’

पुष्पाबाई स्वयंपाकघरात गेल्या. ग्लासभरून थंड पाणी घेतलं. पुन्हा हॉलमध्ये सोफ्यावर येऊन बसल्या. तेव्हा किती घाई केली होती प्रतोषने. दादाला, जान्हवी, गौरी, जयुभाऊंना आणि नानांनासुद्धा त्याची ही घाई पसंत नव्हती. दादा म्हणाला होता,

‘प्रतोष, लग्न करतो म्हणतोस, पण बायकोला पोसणार आहेस का? आणि कसा?’

‘हो बाई! आम्हाला आमचंच निस्तरताना...’

‘जान्हवी, त्याने पैसे मागितलेत का तुझ्याकडे?’

‘अहो आई, आत्ता नाही तर नंतर द्यावेच लागतील ना, गौरीच्या लग्नातच...’

‘पुरे. दादा, तुझं काय म्हणणं आहे?’

‘नाना, मी काय सांगू? जो गुडघ्याला बाशिंग बांधून बसलाय, त्याला विचारा.’

‘गौरी, तू काय म्हणत्येस?’

‘दादा म्हणतोय ते बरोबर आहे.’

'तू कशाला मधे बोलतेस? आता तुझं लग्न झालंय, तेव्हा त्या घराची काळजी कर.'

'प्रतोष, ती तरीही या घरातली आहे आणि कायम रहाणार. जावईबापूंनासुद्धा मत देण्याचा अधिकार आहे! बोला जयुभाऊ.'

'नको. माझं काहीच म्हणणं नाही.'

'प्रतोषचा व्यवसाय जर ठीकठाक सुरू झाला, तर तुम्हा सगळ्यांचं काय म्हणणं आहे?'

'नाना, माझ्याकडे खरंच पैसे नाहीत.'

'आपल्याकडे नसतील पैसे, पण वैष्णवीच्या वडिलांकडे तर असतील! मुलीसाठी काही ना काही सोय केलीच असेल की?'

'नाना, वै कडे, वैष्णवीकडे, म्हणजे, त्यांची परिस्थिती, नाही शक्य त्यांना.'

'मग कसं रे?'

'मी करेन काही. नाही मागणार पैसे कोणाकडेही.'

'ठीक आहे. चढा बोहल्यावर!'

...आणि प्रतोष बोहल्यावर चढला. ते लग्न आठवून आताही पुष्पाबाईंच्या कपाळावर आठी उमटली.

* * *

'हॅलो, हॅलो गौरीताई, मी प्रतोष.'

'हां. बोल कसा आहेस?'

'तुझ्याशी जरा बोलायचं होतं.'

'बोल ना.'

'सागर कसा आहे?'

'चांगला आहे. का रे?'

'काय करतोय?'

'हट्ट! दुसरं काय करणार?'

'तुला त्रास होतो ना त्याचा?'

'छान! आत्ता विचार करतोयस का माझा? त्रास नाही रे होत. पण भारी लाडावला आहे.'

'त्याला घरी आणायचं म्हणतोय.'

'म्हणजे? सुट्टी नाही लागली अजून. शाळा चालू आहे.'

'आत्ता नाही गं! नंतर.'

'म्हणजे?'

'येतो भेटायला तेव्हा बोलू.'

'हे असं मोघम बोलून चालणार नाही. काय ते स्पष्ट सांग.'

'वैष्णवी येत्ये परत. तिला माझ्याबरोबर, मुलांबरोबर रहायचंय, असं म्हणत्ये.'

'काय?'

'हो...'

'आणि तू मान्य केलंस!'

'मान्य असं नाही, पण...'

'सागरला न्यायचंय तुला?'

'ती घरी आलीच तर...'

'हे बघ; पुरे. वाट्टेल ते बोलू नकोस. ठेवते फोन.'

गौरीने फोन आदळलाच. मग तिच्या पायातलं बळच गेलं. ती मटकन सोफ्यावर बसली. तिला काहीच सुचेना. समोरच सागरचा तो वर्षाचा असतानाचा फोटो होता. त्याच्या पहिल्या वाढदिवसाचा. गोरागोमटा, हसरा. त्या फोटोकडे बघता बघता गौरीला भरून आलं. 'आपण विसरूनच गेलो होतो की, सागर आपलं मूल नाही. आपल्याला मूलच नाही. आपण निपुत्रिक! आज इतक्या वर्षांनंतर हे जाणवलं! प्रतोषमुळे! सागरला पाठवून द्यायचं? त्याचा आणि आपला सहवास इतकाच? त्याची आजारपणं, शाळेची तासन् तास रांगेत उभं राहून घेतलेली ॲडमिशन, त्याचे हट्ट, त्याचा घरभर असणारा पसारा, त्याचं आई म्हणून हाक मारणं, सर्व सर्व संपणार? का? आणि मी का म्हणून संपू द्यायचं? नाही. हे होणे नाही.'

गौरी ताडकन उठली. तिने घरी फोन लावला. तिला लगेचच आईशी बोलायचं होतं.

'आई, मी गौरी.'

'मला वाटलंच होतं, तुझा फोन येणार म्हणून.'

'हे मी काय ऐकत्ये? प्रतोषचा फोन आला होता. सागरला घेऊन जाणार म्हणतोय. तो असं कसं म्हणू शकतो? सागर म्हणजे काय बाहुला आहे की बुजगावणं? आणि मी? माझी काय परिस्थिती होईल, हे प्रतोषला समजत नाही?'

'अगं...'

'एवढा बाप होता तर का नाही त्याचवेळेस सांभाळलं सागरला? आणि ती महामाया, आता तिला आठवण आली होय? पोरांच्या खस्ता काढायच्या

नव्हत्या. नुस्तं झटकफटक हिंडायचं होतं. आता झाली थेरडी, तेव्हा आठवण आली काय?'

'गौरी...'

'सांगून ठेवते तुम्हा सगळ्यांना. वाट्टेल ते झालं तरी सागरला मी पाठवणार नाही. बास!'

पुष्पाबाईंना काय बोलावं, काय करावं समजेना. त्यांना गौरीची दया आली. तिच्या चिंतेने त्या व्याकूळ झाल्या. 'नाना, तुम्ही हवे होतात. मला आधार कोण देणार नाना? काय करू मी?'

पुष्पाबाईंना सगळे वाद आठवू लागले. गौरी, वैष्णवी, दादा, नाना, प्रतोष.

'मला नाही रहायचं असं इथे.'

'म्हणजे?'

'म्हणजे नाही रहायचं. मी असे माझे हाल होऊ देणार नाही यापुढे.'

'काय हाल होतात गं तुझे वहिनी?'

'कुठलीही स्वतंत्रता नाही. काहीही करायला जावं तर बोलणी खावी लागतात. नेहमी माझ्या जातीवरून काही ना काही ऐकावं लागतं. माझ्या माहेरचं वळण काढलं जातं आणि आणि...'

'बोल, अजून काय?'

'प्रतोष रोज दारू पिऊन येतो.'

'आलो तर काय झालं त्यात? माझ्या पैशांची पितो.'

'वाऽऽ म्हणे माझा पैसा! आणि मग भीक का मागतोस माझ्याकडे रोज सकाळी?'

'मी? हँ!'

'दिले नाही पैसे तर हातही उगारतोस!'

'प्रतोष, तू मारतोस?'

'जणू काही तुम्हाला माहीत नाही आई! घर चारच खोल्यांचं आहे आपलं. राजवाडा नाहीये, की या खोलीतलं तिथे बाहेर काही ऐकू येणार नाही.'

'वहिनी, तू आईवर आरोप करतेस.'

'खरं सांगत्ये. तुम्हा सर्वांना माहितेय हा माझ्यावर हात उगारतो. मारतो ते.'

'वैष्णवी, म्हणून घर सोडून जायचं?'

'तेच म्हणतोय मी नाना.'

'दादा, तुम्हाला कल्पना नाही, पण...'

'सांग.'

'प्रतोषचं प्रकरण चालू आहे बाहेर.'

'असं? वा! ही तर मलाही बातमी आहे. माझं प्रकरण म्हणे... कोण गं? नाव तरी सांग.'

'कल्पना.'

'ही तुझी निव्वळ कल्पना!'

'सिद्ध करेन.'

'अगं पण...'

'माझा निर्णय झालाय. मी जाणार हे नक्की!'

'आणि मुलं?'

'तू घे जबाबदारी! मुलं माझी एकटीची नाहीयेत.'

'चालती हो मग! आत्ताच्या आत्ता. या क्षणी!'

'ठीक आहे.'

ज्यावेळी वैष्णवी घराबाहेर पडली, आपल्याला बरं वाटलं की वाईट? बरंच वाटलं असणार. पण का? या 'का' ला काही उत्तर नाही. आहे. उत्तर आहे. ती आपल्यापेक्षा, गौरीपेक्षा सुंदर होती. इतकंच नाही तर प्रतोष तिच्यासमोर अगदी काहीतरीच दिसायचा. वैष्णवीनं प्रतोषशी कसं काय लग्न केलं? हा प्रश्न तर प्रतोषची मी आई असून मलाही पडायचा. लग्नात लोकंही म्हणत होतीच की, की काय पाहिलं हिने प्रतोषमधे? तेव्हाही तिची फार असूया वाटली होती. मला वाटतं, त्या क्षणापासूनच ती नकोशी झाली होती. आज इतक्या वर्षांनी हे स्वत:शीच कबूल करतानाही त्रास होतोय. आपण सगळेच सामान्य दिसणारे. तीच एकमेव... जाऊ दे. गौरीला सांभाळायला हवं.

दुखऱ्या गुडघ्यांवर जोर देत, गुडघे दाबत पुष्पाबाई कशाबशा उठल्या. संध्याकाळचा मंद सूर्यप्रकाश खिडकीच्या गजांमधून आत झिरपत होता. कोळ्याने विणलेलं कोपऱ्यांतलं जाळं त्या प्रकाशात चमकत होतं.

■

दोन

खरं तर पुरुष 'मुलगा' म्हणून जन्म घेतो तेव्हा अपूर्णच असतो. तो जेव्हा जन्म घेतो, 'मुलगा' आपल्या देशात त्याचं बरंच महत्त्व आहे. मुलगा होणं म्हणजे स्वर्ग गवसल्याचा आनंद होणं! मुलगा जन्म घेतो, तेव्हा तो अपूर्ण असतो. 'पुरुष' म्हणून तो परिपक्व होतो ते वयाच्या अठरा ते एकवीस वर्षांत. पण स्त्री ही पूर्णत्वाने जन्म घेते. जन्मत:च ती संपूर्ण स्त्री असते, हे आता शास्त्रज्ञही सांगतात. मुलगी, जी ममत्व, दयाभाव घेऊनच जन्म घेते. पुरुष परिपूर्ण स्वत:ला समजतो तेव्हा त्याचं लग्न होतं आणि स्त्री स्वत:ला परिपूर्ण समजते तेव्हा ती आई होते. स्त्रीचं आई होणं, हे तिच्या संपूर्ण जीवनाचं सार आहे...'

वैष्णवी मन लावून स्वामींचं बोलणं ऐकत होती. हल्ली तिचं स्वामींच्या प्रवचनांना हजेरी लावण्याचं प्रमाण वाढलंय. स्वामी सांगत होते, 'मूल होणं म्हणजे स्त्रीच्या जीवनाचं पूर्णत्व!' मग सुषमाचा जन्म आपल्याला नको होता, तो का? दिवस राहिलेत हे समजल्यावर आपण चिडलो का होतो? आपल्याला आनंद का नाही झाला? ॲबॉर्शन करायचंय असं आपण बोललो आणि घरात वादळ झालं.

'मूल नकोय म्हणे! ऐकलंस प्रतोष? या आजकालच्या मुली! नुस्ती मजा हवी, जबाबदारी नको. हजार जाहिराती बघता टी. व्ही. वर, अगदी राजरोसपणे दाखवतात, हे वापरा - ते वापरा! नुस्ते डोळे, कान असून काय उपयोग?

झिरपायला नको आतपर्यंत की काय बघतोय, ऐकतोय? सांगून ठेवते प्रतोष, या घरात ही खुनाखुनी चालणार नाही. झापड लावून राहिलात, आता होऊ दे व्यवस्थित सगळं.'

'मला मुलं आवडत नाहीत, असं वाटतंय तुम्हाला आई? अहो, मूल होऊ दे की, पण त्याला वाढवू कसं? पैसे नकोत त्यासाठी? प्रतोष काही धड उद्योग करतो का? नोकरी? व्यवसाय? आणि... लग्न होऊन वर्षही झालं नाहीये अजून...'

'तुला काय गं फक्त पैसा दिसतो?'

'प्रतोष, पैसे नसतील तर कसं पालनपोषण करणार आहोत?'

'माझ्यात धमक आहे.'

'दाखव ना ती! नुसतं बोलून काय होणार?'

'तुम्ही दोघं फक्त भांडत रहाणार आहात का?'

'नाही नाना. मला भांडायचं नाहीये, पण...'

'समोर सासू-सासरे बसलेत. वडीलकीचा काही मान द्यायला हवा. ॲबॉर्शन होणार नाही. या घराण्याचा वारसदार मला बघायचा आहे. विषय संपलाय. जा आपल्या खोलीत.'

'वारसदार हवा म्हणता म्हणता झाली ती मुलगी. गोरीपान, पण रूपाने वडिलांसारखी. अगदी प्रतोष. मूल नको म्हणता, म्हणता आपल्या मुलीला बघून वात्सल्य निर्माण झालंच. वयाच्या एकविसाव्या की बाविसाव्या? हो, बाविसाव्या वर्षीच आई झाले. नको असताना मिळालेलं मातृत्व! नको असताना झालेली नात. नातू असता तर? तर मला माहेरीही कदाचित पाठवलं नसतं. नात झाली म्हणून मला माहेराहून पुन्हा घरी न्यायला कुणीच आलं नाही. प्रतोषही नाही. आई-बाबांना मला नातीसकट सांभाळणं जड जाऊ लागलं आणि मग त्या कोंदट घरातून एके दिवशी सुषमाला छातीशी धरून आपण आपल्या एकट्याच घरी निघून आलो. तसा श्रीकांत होता सोबत. जबरदस्तीने आल्यासारखा, पण एकीकडे जरा आनंदी आहे, असा भाव असलेला. त्या कोंदटलेल्या जागेतला एक मोठा भाग मी व्यापून ठेवला होता, तो आता रिकामा झाला. याचा आनंद असेल, की मामा झाल्याचा? या प्रश्नाचं उत्तर अजूनही आपल्याला मिळालेलं नाही. तसे तर बरेच प्रश्न आहेत, ज्यांची उत्तरं आजही आपल्यापाशी नाहीत.'

* * *

'तर हे असं सगळं आहे. समाजाने, माणसांनी विचार करायला हवा. तारुण्याचा जोष आणि ओघ असेपर्यंत सर्व काही छान वाटतं. 'मीच' हा भाव कायम रहातो. पण हा जोष कमी व्हायला लागतो आणि जाणीव होत जाते ती एकटेपणाची! म्हणूनच मग विषण्णता येते आणि जीवनातला रस अनुभवता येत नाही. संसारात असूनही एकटेपण आणि एकटेपणात संसाराची ओढ, हा मानवाचा स्थायीभाव. यातूनच स्वत:ला सावरता यायला हवं. आज इतकंच.'

प्रवचन संपलं तशी वैष्णवी भानावर आली. तिच्या मनात विचार रेंगाळत राहिले. 'आपल्याला आपल्या एकटेपणात संसाराची ओढ लागली आहे. प्रतोष, सुषमा, सागर सगळे जवळ हवेत. अगदी अवतीभवती हवेत. एकाकी आयुष्य आता नको. एकटी बाई म्हणून वळून वळून पाहणाऱ्या त्या लोचट नजरा नकोत. मदत म्हणून आणि पुढे जरा जास्तच जवळ येऊ पाहणारे हात नकोत. 'तुझं काय बाई? बरं आहे. एकटा जीव सदाशिव! आम्हाला मात्र घरी गेल्यावरही...' असे सतत कानांवर पडणारे शब्द नकोत. वरदान वाटणारे हे सौंदर्य नको. त्यापेक्षा सर्वसामान्य असते तर?'

हॉल रिकामा झाला होता. स्वामींचे कार्यकर्ते सतरंज्या उचलून, झटकून गुंडाळून ठेवत होते. धुळीचा भपकारा उडून पुन्हा तिथल्या तिथे बसत होता. वैष्णवी उठली. तिने ड्रेस सारखा केला. जरासा झटकला. ती हॉलमधून बाहेर पडली. 'आता घर गाठायचं आणि आपलं आपणच दार उघडून त्या काळोखात, काळोखाला भोक पाडून घुसायचं. स्वामी म्हणतात, 'काळोख हा असतोच. प्रकाश निर्माण करावा लागतो. प्रत्येक जन्म हा काळोखातच होतो. नवनिर्मिती काळोखातच होते. शेतात बी टाकलं, मातीखाली ते फुटतं. काळोखात! जेव्हा अंकुरतं तेव्हा प्रकाशात येतं. काळोख सातत्याने असतो, निर्मिती करतो. प्रकाश मात्र निर्माणच करावा लागतो.'

बरोबर आहे. आपणही काळोखातच होतो. प्रतोषने चक्क आपला पाठलागच केला होता. त्याचं ते प्रेम आपल्याला शीतल चांदण्यांच्या प्रकाशासारखं वाटलं होतं. चांदणी आणि तिचा प्रकाश हा तिच्याइतकाच, लहानसा, तिच्यापुरता! प्रतोषचं प्रेमही तसंच! त्याच्याचपुरतं! तितकाच प्रकाश देणारं! आपल्याला ते चकचकीत, चमचम करणारं वाटलं. वाहून गेलो. संपूर्णपणे - अगदी, नखशिखांत...!

कॉलेजमधलं झगमगतं वातावरण! इथे सर्वच मोकळंढाकळं. भाईंदरच्या बाहेर प्रथमच टाकलेलं पाऊल. खूप अभ्यास करायचा. चांगलं पास व्हायचं. खूप पैसे कमवायचे. पैशांना आयुष्यात फार महत्त्व आहे. पैशांनाच महत्त्व आहे.

पैसे असले की, खुराड्यासारख्या घरातून सुटका होते. वैष्णवीला सतत असंच वाटायचं. कॉलेजमधल्या इतर मित्रमैत्रिणींना बघून ही भावना जास्तच प्रगाढ होत चालली. त्यात भर पडली जेव्हा ती शमीच्या घरी गेली. चार खोल्यांचा, वेल फर्निश्ड फ्लॅट. लांबलचक, हॉलच्या रुंदीएवढी मोठी गॅलरी. गॅलरीत टांगलेला केनचा झोपाळा. त्या झोपाळ्यावर बसून डुलत, हिंदोळे घेत रहावं. या गॅलरीतून आभाळ दिसतं. उगवता चंद्रही दिसतो. तो बघत रहावा रात्र रात्र जागून, असं वैष्णवीला नेहमी वाटायचं. भाईंदरच्या घरातल्या गंजलेल्या गजांमधून फक्त समोरची पडीक इमारत - चाळ दिसायची. पत्र्याच्या डब्यांमधली तुळस आणि तारेवर सुकायला घातलेले कपडे, अगदी अंत:र्वस्त्रांसकट! ड्रेनेजचा तुटलेला पाईप संपूर्ण चाळीचं सांडपाणी भडाभडा ओकायचा, आणि अशा वातावरणातही त्याच गल्लीत गणपतीबाप्पा दहा दिवस मुक्कामाला यायचे. शमीच्या घरीही गणपती यायचा. छोटासा, सुबक, मखरात विराजमान झालेला. वैष्णवीला नेहमी वाटायचं की, 'त्या मातीचं नशीब बलवत्तर म्हणून ती शमीच्या घरात रहायची आणि भाईंदरचा मोठा गणपती, त्या मातीचं नशीब - आपल्यासारखं, कोंदट, मोकळा श्वास न घेता येणारं, कुबट! मातीलाही नशीब असतं?'

शमीची आणि वैष्णवीची मैत्री जमली. शमीकडे वैष्णवी अभ्यासाच्या निमित्ताने रहायला जाऊ लागली. शमीचं घर तिला शमीपेक्षाही जास्त प्रिय झालं. कधी शमीकडे ती राहिली, की तिच्याकडेच तयार होऊन कॉलेजला जायची. शमीचं बाथरूम वैष्णवीला आवडायचं. गरम-गार पाण्याचा एकच शॉवर, भरपूर पाणी आणि प्रशस्त बाथरूम. मधे लावलेला संपूर्ण आरसा. स्वत:चं प्रतिबिंब निरखत स्नान करणं हा वैष्णवीचा छंद झाला होता. पण हा आनंद मिळायचा तो क्वचित! पुन्हा आपल्या घरातल्या फरशीचे टवके उडालेल्या, जरा हात फिरवला तर कोपराला हमखास लागणारा नळ आणि भोकं पडलेल्या दाराआड अंघोळ करणं म्हणजे वैष्णवीला शिक्षा वाटायची. त्यात आईचा चालू रहाणारा घोष, 'अगं, किती पाणी वापरतेस? अजून तिघांच्या अंघोळी बाकी आहेत...'

वैष्णवीला परतून घरी जावंसं वाटायचंच नाही. जास्तीत जास्त काळ कॉलेजमध्ये घालवत रहायची. कॉलेजची लायब्ररी हा तिचा सर्वांत मोठा विरंगुळा. ...आणि इथेच प्रतोष दिसला, भेटला. अगदी पहिल्याच दिवसापासून प्रतोषने वैष्णवीचा पाठलाग सुरू केला होता. एक कुणी मुलगा आपल्याकडे इतका आकर्षित होतोय, याचं वैष्णवीला कौतुक वाटायला लागलं. तिचा अहंकार सुखावू लागला आणि मग ती सावध झाली. तिला सहा दिवसांचे सहा कपडे आलटून पालटून घालण्यात लाज वाटू लागली. मग शमीकडे रहायला जायचं,

तिचे कपडे वापरायचे, एक सवयच लागली. आई ओरडायची. 'लोकांचे कपडे घातलेले मला आवडत नाहीत.' असं तिला म्हणायची. 'हो ना? मग आण माझ्यासाठी कपडे.' हे तिचं त्यावर ठरलेलं उत्तर असायचं.

वैष्णवी गाजली ती 'कॉलेज क्वीन' म्हणून निवडून आली तेव्हा! स्टेजवर तिने बक्षीस स्वीकारण्यासाठी एन्ट्री घेतली आणि टाळ्या आणि शिट्ट्यांचा अक्षरश: पाऊस पडला. त्याच दिवशी प्रतोषने तिला प्रपोज केलं. एका वेगळ्याच धुंदीत असलेल्या वैष्णवीने त्याला सहजी होकार दिला.

'वै, तुला माहितेय प्रतोष?'

'हो.'

'लाजत बोलण्याची गरज नाहीये. काय माहितेय तुला त्याच्याबद्दल?'

'तो खूप प्रेम करतो गं माझ्यावर. माझ्याशिवाय जगू शकणार नाही असं म्हणाला तो शमी!'

'छान! टिपिकल, अगदी टिपिकल आणि चोथा झालेला डायलॉग! मी प्रतोषला ओळखते.'

'खरंच?'

'हो. तो जे दाखवतो ना, तसा नाहीये तो.'

'इतकं कसं कुणी नाटक करेल?'

'तो करतो. मुलींना पटवण्यात तरबेज आहे आणि तो मोठाही आहे वयाने.'

'इंजिनियरिंग करतोय आणि...'

'डोंबलं! म्हणे इंजिनियरिंग! किती वर्षं करतोय?'

'मला माहीत नाही. त्याचा बिझनेस सांभाळून करतो.'

'कसला बिझनेस?'

'मी विचारेन त्याला आणि मला त्याच्या आधीच्या आयुष्याशी काय करायचंय? त्याला माझ्याशी लग्न करायचंय.'

'लग्न? आत्ता? या वयात?'

'हो. तो राहूच शकत नाही माझ्याशिवाय.'

'वा!'

'उद्या तो मला त्याच्या घरी घेऊन जाणार आहे.'

'वै, तुला सावध करत्ये मी, सावध हो. आपलं करियर महत्त्वाचं. नुसतं ब्यूटी क्वीन, कॉलेज क्वीन होऊन नाही भागत.'

'अच्छा, म्हणजे खरा प्रॉब्लेम हा आहे तर! यू आर जेलस!'

'नाही वै! तू माझी मैत्रीण आहेस, तर मी का जेलस होऊ?'

'नाही तर काय? मला वाटलं होतं, तुला आनंद होईल. पण! मी जाणार आहे उद्या प्रतोषबरोबर!'

'ठीक. जा. मी काय सांगू अजून!'

प्रतोषचं घर बघून वैष्णवीचे डोळे लकाकले. प्रशस्त हॉल. मऊ गुबगुबीत सोफा सेट. मोठ्ठा एल. सी. डी. एका बाजूला मोठं जाड काचेचं डायनिंग टेबल. जाळीचे सुंदर डिझाइनचे पडदे. हे घर आपलं होऊ शकतं हा एकच विचार वैष्णवीच्या मनात घोळत राहिला. शमी, तिच्या घरापेक्षाही हे घर सुंदर आहे. हे असं रहाता येणं, हे खरं आयुष्य! प्रतोषला नकार द्यायचा मग प्रश्नच राहिला नाही. वैष्णवी लग्नासाठी आतुरली. आपल्या घरातून सुटका करून घ्यायची असेल तर प्रतोषशी लग्न हा उत्तम मार्ग आहे. असा चान्स परत मिळणार नाही, या भावनेने ती भरून गेली. त्याक्षणी प्रतोषच्या आईची नजर, ती विचारत असलेले प्रश्न, काही काही ध्यानी येत नव्हतं. एखादी भूल पडावी तसं काहीसं झालं होतं.

'आपण वहावत गेलो अगदी. स्वामी सांगत होते की, 'स्त्रीचा नकार हा होकारच असतो. नकार देत देत होकार उमटत असतो आणि हेच स्त्रीचं खरं सौंदर्य. पुरुषांचा नकार म्हणजे फक्त नकारच असतो. स्पष्ट! पण स्त्रीच्या नकारात होकार असतो आणि सरळसरळ होकार देणारी स्त्री ही उथळ असते. खोलवर आणि दूरपर्यंतचा विचार न करू शकणारी...'

खरं आहे. प्रतोषला होकार देताना आपण कुठलाच आणि कशाचाच विचार केला नाही. अगदी आपला स्वत:चासुद्धा! शमी किती चिडली होती तेव्हा. आत्ताही तिचा तो राग जाणवतोय.

'वै, तू हे काय करत्येस?'

'लग्न!'

'आताशी कुठे शिक्षणाला खरी सुरुवात होत्ये.'

'मी लग्नानंतरही शिकणार आहे. प्रतोषने सांगितलंय तसं.'

'एकदा लग्न झालं ना की काही करता येणार नाही तुला.'

'तू बघच! मी करेन.'

'तो प्रतोष, कसा आहे दिसायला, शी! तू आणि तो कपल म्हणून... छे छे.'

'पुन्हा तुझं सुरू झालं शमी! बाय द वे, मी लग्नासाठी तुझी परवानगी घ्यायला आले नाहीये. मी तुला ही बातमी म्हणून सांगत्ये की...'

'कळलं. ठीक आहे. तुझी मर्जी.'

'एवढी सॅड होऊ नकोस. तुझंही लग्न जमेल लगेचच.'

'मला आत्ता लग्न करायचंच नाहीये.'

'हे आपलं उगीचच! हो ना?'

'कमॉन वै, स्टॉप इट. तू एक मूर्ख आहेस हे पुरेसं आहे.'

'बास शमी. मैत्रीण म्हणून आनंदाची बातमी सांगायला आले. तुझी बोलणी खाण्यासाठी नाही. जाते मी. पंधरा दिवसांनी लग्न आहे. पत्रिका पाठवते. यायची इच्छा असेल तर ये. माझा आग्रह नाही.'

किती वाईट वागले होते मी शमीशी. पण तिने मैत्री निभावली. अगदी आत्तापर्यंत. विहंगला मी आवडत नाही. शमीने सांभाळलेलं हे मैत्रीचं नातं, त्याला नको आहे. तरीही शमी येते आणि म्हणूनच...

करकचून ब्रेक दाबल्याचा आवाज आला. पाठोपाठ कुणीतरी ओरडलं तशी वैष्णवी भानावर आली. विचारांच्या नादात आपण रस्त्यावर कशाही चालतोय हे तिच्या लक्षात आलं. गाडीवाल्याला 'सॉरी' म्हणून ती बाजूला झाली. मग मात्र शांतपणे फूटपाथवरून चालू लागली. खरं तर रिक्षा करावी इतकं अंतर होतं. पण रिकाम्या घरात जाऊन काय करायचं, हा प्रश्न तिला भेडसावत होता. तिला जाणवलं, 'जेव्हा कॉलेजमध्ये होतो तेव्हा घरी लवकर परतावं असं वाटायचं नाही. त्यावेळेस घरात पुष्कळ माणसं होती. पण घर, घर म्हणावं अशा लायकीचं वाटत नव्हतं. आता घर सर्व वस्तूंनी सुसज्ज आहे, पण घरात माणसं कुणीही नाहीत. आताही घरी परतावंसं वाटत नाही. म्हणजे आपल्याला नेमकं हवं तरी काय? दोन्ही परिस्थितीत आपण आनंदात नाही राहू शकत, हा आपलाच दोष आहे का? स्वामी म्हणतात की, 'असेल तशा परिस्थितीत समाधान, आनंद मानायला शिकलं पाहिजे.' आपल्याला ते जमत नाही. सुसज्ज घर आणि माणसं दोन्ही हवं आहे. शमीसारखं! आणि म्हणूनच घरी जावंसं वाटतंय. मुलांबरोबर, प्रतोषबरोबर रहायचंय. आता पैसा आहे जवळ. कुणापुढे हात पसरायला लागणार नाहीत. पण आठवडा झाला, प्रतोषने अजूनही 'ये' असं म्हटलेलं नाही. लग्न होईपर्यंत आपला पाठपुरावा करणारा प्रतोष आणि आत्ताचा प्रतोष... केवढा फरक!'

पलंगावर पडल्या पडल्या तिला स्वामींचे शब्द आठवत राहिले. 'स्त्री ही

सृजनशील आहे. तिच्यात निर्मितीची ताकद आहे. ही ताकद पुरुषांमध्ये नाही. स्त्री गहन आहे. गहिरी आहे. एखाद्या खोल दरीसारखी. पण ही दरी जाणवते जेव्हा एखादा डोंगर तिथे उभा असतो. डोंगर एखादेवेळी नष्ट होईल. पण दरी नष्ट होणं शक्य नाही. ती गहिरी असते. स्त्रीचं मनही तसंच गहिरं असतं. तिथे होणारी चहलपहल खुद्द स्त्रीलाही समजत नाही...

केव्हातरी या विचारांमध्येच वैष्णवी झोपी गेली. अगदी गाढ!

* * *

'सागर, इथे ये.'

'आई, मला खेळायला जायचंय.'

'सागर ऽऽ!'

'हॅट! तू नेहमी असंच करतेस. खेळायला जायचंय सांगितलं ना!'

'मला काही बोलायचंय तुझ्याशी.'

'बोल लवकर.'

'तुझी आई घरी येणार आहे, तुला भेटायला.'

'कशाला?'

'ती तुला घरी घेऊन जाणार आहे.'

'फूट! मला नाही जायचं.'

'नक्की?'

'एकदा सांगितलं ना, नाही म्हणून! पुन्हा पुन्हा विचारून बोअर करू नकोस. मी जातो.'

'जा. पण लवकर ये. होमवर्क करायचा आहे ना?'

'करेन नंतर...'

गौरीला बरं वाटलं. आतल्या आत आनंद झाला. 'सागर मला सोडून जाणं शक्यच नाही. दहा महिन्यांचा होता तेव्हापासून सांभाळलंय त्याला. जिवाचं रान केलंय. एक हट्ट पूर्ण केला नाही असं झालं नाही. कळू दे वैष्णवीला, मुलाला सोडून जायची शिक्षा काय असते ते.'

गौरी समाधानाने उठली. सागरच्या आवडीचे साबूदाणा वडे करायला लागली. बटाटे चुरता चुरता पुन्हा तिच्या मनात विचार यायला लागले. 'पोराच्या आवडीनिवडी तरी माहीत आहेत का? कधी, केव्हा, काय खायला हवं असतं, त्याची चव कशी हवी असते...'

'आई, भूक लागली.'

'हो रे बाळा. हातपाय धुऊन घे. वडे तयार आहेत.'

'बटाटा वडा? श्यॅ: मला नको.'

'बटाटा वडा नाही रे, साबूदाणा वडा.'

'आलोच.'

'खा हं. हे बघ ताजं सायीचं दही ठेवलंय ते घे.'

'होपलेस!'

'काय?'

'किती खारट केलेस वडे. मी नाही खात.'

'खारट?'

'मग! खा, तू खा आणि फक्त तूच खा. मला भेळ दे.'

'आता भेळ कुठून करू? साहित्य नाहीये घरात भेळेचं.'

'पैसे दे मला.'

'कुठे खारट झालेत? एक दाणा जास्त पडलाय मिठाचा.'

'तू खा ना मग!'

'अरे, दह्याबरोबर खा. काही खारट लागत नाहीत मग.'

'मला पैसे दे.'

'अरे पण...'

'देतेस, की मी घेऊ कपाटातून!'

'देते.'

गौरीला काय करावं कळेना. पैसे दिल्याबरोबर चिरंजीव सटकले. 'हल्ली फार हट्टी झाला आहे. सगळे म्हणतात, माझ्यामुळे. मी त्याचे जरा जास्तच लाड करते असंही म्हणतात. म्हणेनात. त्यांना निपुत्रिक असल्याचं दुःख कसं समजणार? किती नावं ठेवलीत लोकांनी. कधी कुणाच्या बारशाला, मुंजीला आमंत्रण नाही आणि म्हणूनच सागरचं बारसं अगदी थाटात केलं. खरं तर घरच्या घरी त्या बयेने केलं होतं. पण कुणाला आमंत्रणच नव्हतं. आपल्याला तर नाहीच नाही आणि काय नशीब! तिचाच मुलगा माझ्या पदराखाली वाढला. मग हट्टाने दुनियेला कळावं म्हणून पुन्हा बारसं केलं. खूप बरं वाटलं. तरी बोलणारी तोंडं बोललीच. 'खरी आई दिसत नाही?' 'आई म्हणवून घेतलं तरी कुणी आई होत नाही.' आणि अजूनही काही. पण लक्षच दिलं नाही. तेव्हाच सागरला दत्तक घेतलं असतं तर? त्याच्या शाळेच्या ॲडमिशनचा फॉर्म भरताना हात अडकला तो आईचं नाव लिहिताना. सागरची आई ती कशी? फक्त जन्माला घातलं तिने. बास! चार महिन्यांचा जेमतेम झाला असेल सागर तर ही नोकरीसाठी बाहेर

पडली. आई-बाबांच्या जिवावर आपलं तान्हुलं सोडून. किती तो पैशांचा हव्यास? त्यापुढे ममत्वही हरलं. पण फॉर्मवर नाव मात्र वैष्णवीचं. कृष्ण कायम यशोदेचा, पण सागर मात्र वैष्णवीचा. तिथे देवकीला महत्त्व नाही आणि इथे गौरीला!'

मोठ्ठा उसासा सोडून गौरी रात्रीच्या स्वैपाकाच्या तयारीला लागली. प्रत्येक पदार्थ चाखून पाहू लागली. सागरला जेवण आवडेल ना, याचं कधी नव्हे ते तिला टेन्शन आलं. आता सागरला जास्तच सांभाळायला हवं, नाही तर रक्त रक्ताकडे धावेल आणि आपण पुन्हा एकट्या पडू याची गौरीला चिंता वाटू लागली. दादा हवा आत्ता. त्याच्याशीच बोलावं, अशा विचाराने गौरी उठली. तिने नागपूरचा कोड फिरवून दादाच्या घरी फोन लावला.

'हॅलो, हं मी गौरी बोलत्ये वहिनी.'

'बोल गं. आज कशी काय आठवण आली?'

'दादा आहे?'

'हो. आहेत. देते हं.'

'हॅलो दादा, मी बोलत्ये रे.'

'बोल. कशी आहेस?'

'खूप काळजीत आहे. तुला प्रतोषचा फोन आला होता का रे?'

'हो. आला होता.'

'काय म्हणाला?'

'जे तुझ्याशी बोलला तेच. सुषमाला घरी नेतोय तो?'

'तू पाठवणार तिला?'

'हो. का नाही? उलट चांगलंच होईल.'

'असं कसं म्हणतोस?'

'अगं, शेवटी मुलीची जात!'

'म्हणजे रे?'

'ती वयात आली. अशा वेळी तिची जास्त काळजी घ्यावी लागते. दिसायला जरा मोठीच दिसू लागलीय वयाच्या मानाने. अशा वेळी ती तिच्या आईजवळ असलेली बरी. उद्या काही कमीजास्त झालं तर इतके वर्षं सांभाळलं ते मातीत जाईल.'

'ती इथे आली तर तुला काहीही फरक पडणार नाही? आणि वहिनीला?'

'आता तू विचारत्येस तर सांगतो, फार हेकेखोर आहे सुषमा. कितीही समजवा, काहीही उपयोग नाही. तिला सतत वाटतं की, मी तिची आणि नलिनीची तुलना करतो. आता नलिनीला, मी खरं सांगतो, माझा तिच्यावर जीव आहेच. एकुलती एक पोरगी माझी! पण म्हणून मी सुषमाला काही कमी

करतो का? जे काही घेतो ते दोन दोन घेतो. पण क्वचित डावं-उजवं होतं आणि ते होणारच.'

'बरोबर आहे तुझं.'

'किती वाद झाले आत्तापर्यंत, काही विचारू नकोस.'

'मग?'

'म्हणूनच म्हटलं, जाते घरी तिच्या तर जाऊ दे.'

'इतकी वाईट आहे का रे सुषमा?'

'तसं नाही गं. तशी चांगली आहे. पण रोजच्या आयुष्यात कधी होतं पुढेमागं. चालायचंच.'

'तुझं ठीक आहे रे. तुला मुलं आहेत. तुझी स्वतःची! पण मी? मी काय करू? माझ्यासाठी सागरला पाठवून देणं सोपं नाहीये. तोही हट्टी आहे. वाट्टेल तसं बोलतो. त्याला जे हवं तेच करतो. पण तरीही रे, घरात जरा वावर जाणवतो. इतकुसा होता तेव्हापासून... तो माझाच एक भाग आहे. मीच माझा एक भाग कापून टाकू? आणि का?'

'शांत हो गौरी. जयुभाऊ कुठे आहेत?'

'यायचेत अजून.'

'बरं. मी नंतर फोन करतो त्यांना. तू शांत हो. बघू आपण काय होतं ते. मी आहे. हवं तर येतो मुंबईला. येऊ?'

'ये. तुला सवड मिळेल, तसा ये. पण ये.'

'येतो. हं, ठेवतो फोन.'

दादा जरा अस्वस्थ झाला. गौरीचं म्हणणं अगदी बरोबर, खरं होतं. पण उद्या वैष्णवीने काही कायद्याच्या गोष्टी काढल्या तर गौरीला काहीही करता येणं शक्य नाही. कायदा भावना जाणत नाही. गौरी पुन्हा...

'काय हो, कसला विचार करताय?'

'हं, काय सांगू. सगळं तिरपागडं झालंय. सुषमासाठी प्रतोषने आपल्याला फोन केला, तसाच सागरसाठी गौरीला केला.'

'मग?'

'मग काय? गौरीसाठी हा शॉकच आहे. पोटच्या पोराचं कुणी करणार नाही, इतकं तिने सागरचं केलंय, आजही करत्ये आणि शिवाय तिला...'

'हो ना. बिच्चारी! आणि वैष्णवीला तरी... ते जाऊ दे. मी म्हणते, प्रतोष असा कसा? बायको चालली... जाऊ दिली. बायको येत्ये, तर येऊ दे? काही स्वाभिमान?'

'प्रतोषला आणि स्वाभिमान? विचार, आज तो किती पैसे कमवतो ते? वैष्णवी घर सोडून का गेली? आठवतंय ना?'

'हो.'

'आमच्या मातोश्रीसुद्धा कारणीभूत आहेत त्याला.'

'म्हणजे वैष्णवी वागली ते योग्य?'

'अगदी तसंच नाही म्हणायचंय मला, पण...'

'राहू दे. समजलं. तिनेच काय ते हालात दिवस काढले, मी नाहीच! तुमच्या मातोश्री फक्त तिच्याशी वाईट वागल्या आणि मला ठेवलं होतं चढवून हरभऱ्याच्या झाडावर! हो ना? आणि ही गेली घर सोडून! प्रतोष बसला मग नंतर एवढंसं तोंड करून. मग मुलांची दया आली भावंडांना! एकाने एकाला उचललं, दुसऱ्याने दुसऱ्याला! बाप पुन्हा सुसाट, मोकळा! कसलीच जबाबदारी नाही! शंभर रुपयेसुद्धा खर्च करून आला नाही इथे पोरीला बघायला, एकदाही! सण आला, शाळेला सुट्ट्या लागल्या की निघा आपणच! तीन-तीन पोरं सांभाळत जा प्रवास करून मुंबईला. भेटवा पोरीला बापाला आणि मग निघा परत, धडपडत, पोहोचा इथे...'

'अगं, किती बोलत्येस!'

'मग काय, शांत बसू? नलिनी, नयन दोघांनी कधी सुषमाला दुखावलं नाही. पण ही? जरा चांगला फ्रॉक नलिनीसाठी घेतला की फुगली.'

'वय...'

'काही सांगू नका आणि आता राहूच दे विषय. जाते घरी तिच्या, जाऊ देत. गौरीचं तिचं ती बघेल.'

'मला जावं लागेल गौरीसाठी, असं वाटतंय.'

'काही गरज नाही. एकदा सांगितलं ना, बघेल तिचं ती आणि जयुभाऊजी आहेतच.'

वहिनी पाय आपटत आत गेली. खूप राग आला की, पाय आपटत चालायचं ही वहिनीची सवय. ती चिडल्याची ही खूण! आपटणारे पाय बघत दादा बसून राहिला. आपण आत्ता नेमकं कसं वागायला हवं, हे त्याला कळेना.

* * *

आपल्या परतून येण्याचा कुठल्या घरात काय परिणाम होतोय याची वैष्णवीला सुतराम कल्पना नव्हती. तिला माहीत होतं, जाणवत होतं ते इतकंच की, 'आपल्याला घर हवंय. आपलं स्वतःचं! हक्काचं! दर अकरा महिन्यांनी

घरासाठी लागणारी घरघर आता थांबावी आणि भाड्याच्या घरात तसंही मनासारखं काही करता येतच नाही. किती घरं फिरलो आत्तापर्यंत! दहा, बारा की... लक्षातही नाही. हेच एक घर असं मिळालं की, जिथे दोन-अडीच वर्षं रहातोय. तेही या घराचा मालक एनआरआय आहे म्हणून. पण पुढल्या सात-आठ महिन्यांत तो येणार, कायमचा. म्हणजे हे घर सोडावं लागणार. मग पुन्हा सर्व... तेच ते... मग पुन्हा नवीन माणसं, नवीन शेजारी आणि तेच ते प्रश्न! बस! बस झालं आता हे. आता घर हवं स्वत:चं, हक्काचं. जिथून कुणी जा म्हणून म्हणणार नाही. थकले आता. खूप चढउतार झाले. खरं तर उतारच. चढ कशाला म्हणायचं हा प्रश्नच आहे.'

वैष्णवीने अनाहूतपणे बिअरचा ग्लास शोकेसमधून काढला. फ्रीजमधून थंडगार बिअरचा कॅन काढला, फोडला. फेसाळती बिअर ग्लासात ओतली गेली. हॉलमधला मंद पेटणारा साईड लॅम्प ऑन केला. डेकवर जगजित सिंग तिच्यासाठी गात होता.

'विहंग, आज मी वैला भेटायला जाणार आहे. तू येशील?'

'नको.'

'ये तू. तिला जरा बरं वाटेल.'

'तू जा की! मी तुला कुठे नाही म्हणतोय? पण मला आग्रह करू नकोस.'

'तूच एक असा आहेस जो प्रतोषला समजवू शकतोस.'

'का? त्याने नकार दिला का वैला?'

'नकार असं नाही, पण होकारही देत नाहीये. तुला एकदा वैला समजून घेता आलं की, प्रतोषला तू समजवशील.'

'ठीक आहे. माझ्या बोलण्याने जर काही चांगलं होणार असेल तर येतो. पण खरं सांगू तर हा प्रश्न त्या दोघांचाच आहे. तू काय न् मी काय... नाममात्र! जेवणात पोळी-भाजीलाच महत्त्व. लोणचं असो-नसो, फरक पडत नाही.'

'पण त्यामुळे चव तर येते.'

'ठीक. येतो. कुठे आणि किती वाजता?'

'मी तुला फोन करेन.'

विहंग इतक्या सहजासहजी हो म्हणेल असं शमीला वाटलं नव्हतं. तिला मनापासून आनंद झाला. तिने लगेचच तसं वैष्णवीला कळवलंदेखील!

संध्याकाळची वेळ. जुहू बीचला लागून असलेलं हॉटेल. वैष्णवीला आधी जरा ऑकवर्ड वाटत होतं. पण नंतर ती मोकळी झाली.

‘काय म्हणतोय प्रतोष?’

‘काहीच नाही. मी दोन-तीनदा फोन केले. पण...’

‘जरा वेळ लागणारच.’

‘हो. मला माहितेय ते. पण हे टांगतं रहाणं नको वाटतंय.’

‘मी बोलेन त्याच्याशी.’

‘खरंच?’

‘अर्थातच! म्हणूनच आलाय ना विहंग इथे आज?’

‘शमी, मला खरंच समजत नाहीये की...’

‘ए, थँक्स वगैरे म्हणणार असशील ना, तर चाललो आम्ही.’

‘तसं नाही गं. बस गं!’

‘वैष्णवी, आता घरी जायचं ठरवलं आहेस, तर काही गोष्टी बोलायला हव्यात.’

‘बोल ना!’

‘सर्वप्रथम, पुन्हा घर सोडून जाणार नाहीस ना? काहीही झालं तरी?’

‘नाही. नाही जाणार.’

‘तुझ्या अपेक्षा पूर्ण होतील, निदान आता पूर्ण होतील, अशा भ्रमात नाहीयेस ना?’

‘विहंग, असं काय विचारतोयस?’

‘शमी, लेट्स फेस द फॅक्ट! ही घर सोडून का गेली होती?’

‘मी सांगते. प्रतोष काहीही काम करत नव्हता. पण बाता इतक्या मोठमोठ्या...’

‘आज तो काम करतोय?’

‘नाही सांगता येणार मला. पण आज मी काम करतेय.’

‘म्हणजे तू कमावणार आणि तो खर्च करणार.’

‘हं.’

‘मग?’

‘प्रतोषच्या आई-वडिलांनी, तेव्हा सरळसरळ सांगितलं होतं, ‘तुमच्यासाठी जो खर्च होतो, त्याचे पैसे घरात द्या.’’

‘मग काय चुकलं?’

‘अरे, पण कुठून देणार होतो? कसलं कन्सल्टिंग करत होता तेव्हा प्रतोष? किती भांडणं व्हायची आणि त्यात सुषमाचा जन्म. नको असताना!’

‘आय ॲम सॉरी टू से! पण मूल होऊ न देणं हे तुझ्या हातात होतं.’

‘विहंग, अरे...’

‘तू मला बोलायला सांगितलंस, मी बोलतोय. हिने ज्या गोष्टींचा विचार

केला नसेल, तो तिने करावा यासाठी. मी स्पष्टच बोलणार.'

'बोल विहंग. काही हरकत नाही. मलाही स्वत:ला पारखता येईल.'

'सो, तू काळजी घेतली नाहीस.'

'खरं आहे.'

'सुषमाचा जन्म आणि त्यानंतरची चार वर्षं.'

'खूप हाल सोसले. ज्या महिन्यात प्रतोष पैसे द्यायचा, त्या दिवसांत व्यवस्थित जेवायला मिळायचं. नाही तर दिवस दिवस नुसती खिचडी.'

'तुझी सासू अशी वाटत नाही गं!'

'अशी म्हणजे कशी?'

'हेच, तुला फक्त खिचडीवर...'

'तसं झालंय. खरंच! हां, आता तू म्हणतेस तेही बरोबरच आहे. कुणी आलं की, इतकं प्रेम दाखवायची की बास! म्हणून मग मला सारखं वाटायचं तेव्हा की, कुणीतरी घरी यावं. पण ते सासरचं माणूस असावं. मैत्रीण किंवा माहेरचं कुणी चुकून आलंच तर, तर प्रतोषकडे तक्रार जायची. पैशांची मागणी व्हायची. ते तर नसायचेच. मग प्रतोष चिडायचा. सगळा राग माझ्यावर काढायचा, मारायचा.'

'मुलं तुला ॲक्सेप्ट करतील?'

'माहीत नाही.'

'सुषमाचं राहू दे. पण सागर? त्याला तर तू आठवतही नसशील.'

'असं कसं?'

'म्हणजे?'

'अगं, कधी तू त्याला आई म्हणून भेटलीस? तो तर गौरीलाच आई मानतो. हो ना?'

'असेल. पण तेव्हा मी नव्हते ना. आता आहे मी.'

'हा निव्वळ वेडेपणा आहे.'

'असेल.'

'मग का करत्येस वेडेपणा? तेव्हाही केलास आणि आत्ताही करत्येस?'

'हे बघ वैष्णवी, जेव्हा तू घर सोडून गेलीस तेव्हा सत्तावीस-अठ्ठावीस वर्षांची होतीस. तेव्हा नव्हती समज, असं धरून चालू. पण आता? चाळिशी उलटली. आता तरी समज हवी ना?'

'काय म्हणायचंय तुला? मी घरी जाऊ नको?'

'काहीसं तसंच!'

'हे म्हणजे... विहंग, तू मला मदत करायला आला आहेस की...'

'ही मदतच आहे.'

'नको मला असली मदत. मला घरी जायचंय. मला घर हवंय.'

'शांत हो वै. विहंग, असं काय करतोस?'

'समजावतोय. स्पष्ट, स्वच्छ विचार करतोय. हिच्याच भल्यासाठी! झापडं लावून चालू नकोस. हा समुद्र बघ. जी लाट येते, ती मागे जाते आणि पुन्हा येणारी लाट वेगळं पाणी घेऊन येत नाही. तेच तेच पाणी पुढे मागे होत रहातं. तसं तुझं चाललंय. तेच तेच वागत्येस. थोडी आतपर्यंत गेलीस, तर स्वच्छ नितळ पाणी मिळेल. 'ठेहराव' आल्यासारखं!'

'मी निघते.'

'अगं वै.'

'बाय.'

'जाऊ दे तिला. करू दे विचार. जा.'

'विहंग!'

'चल.'

* * *

वैष्णवी घरी आली. तिने पर्स कोचावर फेकून दिली. चपला भिरकावल्या. शॉवर घेता घेता विचारात पडली. 'आपण करतोय ते चूक की बरोबर? परवा जेव्हा घरी फोन केला तेव्हा बाबा म्हणाले, 'आत्ता जागी झालीस? वा! छान! आज विहंग म्हणतोय... जाऊ दे. कुणाच्याही आयुष्यात काहीही फरक होणार नाही आपण काय करतोय त्याचा. ना बाबांच्या, ना विहंगच्या. मग यांचे सल्ले हवेत कशाला? हो. हेच बरोबर आहे. विचार प्रतोषने करायचाय. मी नाही.'

वैष्णवी शांत झाली. तिने शॉवर बंद केला. टॉवेलला शरीराभोवती गुंडाळून बाहेर आली. झिरझिरीत गाऊन चढवताना तिला वाटलं की, आता असे गाऊन्स घालता येणार नाहीत घरी गेलं की. आता वापरून घ्यावेत. बराच वेळ स्वत:ला आरशात न्याहाळत राहिली आणि अचानक भानावर आली. मोबाईल बराच वेळ वाजत होता का?

'हॅलो!'

'हाय. मी मिहीर. हाऊ आर यू?'

'मिहीर?'

'सरप्राईज्ड्?'

'यस.'

'गुड.'

'का फोन केलास? क्यूँ?'

'ऐसेही. याद आ रही थी तेरी. क्या कर रही हो? लेट्स गो फॉर डिनर?'

'इट्स टू ऽऽ लेट.'

'ओ. के. शॅल आय कम?'

'नो.'

'व्हाय?'

'मिहीर, मैने घर वापस जाने का फैसला किया है.'

'दॅट्स गुड न्यूज. देन, आय मस्ट मीट यू. लेट्स सेलिब्रेट...'

'अं?'

'कमॉन वै! जस्ट लाईक अ गुड फ्रेंड. ऑनेस्टली.'

'अं!'

'बिलिव्ह मी!'

'ओ. के.'

'रीचिंग इन थर्टी मिनिट्स. विथ चिकन मसाला अँड जिरा राईस! ओः येस्, इव्हन विथ चिल्ड बिअर.'

वैष्णवीला आश्चर्य वाटलं. 'मिहीरने आजच फोन कसा काय केला? आणि आजच आपण पुन्हा त्याच गाऊनमध्ये. हे कसं? बदलावा गाऊन? नको. काय फरक पडतो आता? ते नातं तर कधीच संपलं. नातं या शब्दाचीही गंमत आहे नाही? संबंध दर्शवणारा शब्द न काराने सुरू व्हावा? म्हणूनच नातं टिकत नाही आणि रिलेशन टिकतं. आपलं आणि मिहीरचं रिलेशन! अजूनही टिकलं असतं. पण... तिथेही माझीच चूक? शमी कित्ती चिडली होती तेव्हा!

'तू हे काय चालवलं आहेस वै?'

'मी काय केलं आता?'

'कोण आहे तो मुलगा?'

'कोण?'

'वै, ओरडू आता?'

'नको. सांगते.'

'हं.'

'तो, तो मिहीर आहे. माझ्याच ऑफिसात.'

'बरं. पुढे?'

'पुढे काय? रोजचं भेटणं. बोलणं. मग सर्व नेहमीप्रमाणेच. कॉफी प्यायला

जाणं, क्वचित एखादा सिनेमा.'

'कोण कोण असतं त्याच्या घरी? लग्न झालंय त्याचं?'

'छे गं! लहान आहे तो.'

'तुझ्याहून?'

'अं, हो.'

'वै, तू चूक करत्येस.'

'प्रतोषशी लग्न केलं, तेव्हापासून चुकत्येच आहे.'

'मग आता तसं करू नकोस. तेव्हा चुकलीस, आता नको.'

'का? तुझा विरोध का? मी आनंदी व्हायचंच नाही? मला प्रेम मिळूच नये?'

'वै, तो लहान आहे. त्याचं संपूर्ण आयुष्य जायचंय अजून. हे प्रेम नाही, आकर्षण आहे.'

'आकर्षण! अगदी बरोब्बर! मला आकर्षणच वाटलं प्रतोषचं, त्याच्या घराचं, त्याच्या घराच्या बाथरूमचं! हसशील तू मला. पण खरंच, इतकं ऐसपैस बाथरूम! स्वच्छ! गुळगुळीत चकाकत्या टाईल्सचं. तुला मी कधीही माझ्या घरी नेलं नाही. तशी आली होतीस एकदोनदा, पण आमच्या बाथरूमपर्यंत गेली नव्हतीस. जायला हवं होतंस. बाथरूम नाही, मोरी. प्लास्टिकची पिंपं आणि ओशट प्लास्टिकचं झाकण, कुजलेला दरवाजा. फटी पडलेला. सतत वाटत रहायचं की, त्या फटींमधून कुणीतरी बघतंय. मनमोकळी अंघोळ मी प्रथम तुझ्या घरी केली आणि मग प्रतोषचं घर... तेव्हा समजलंच नाही की, तो जरा काळा, स्थूल म्हणता येईल असा आणि वयाने मोठा आहे. मला हे काहीही दिसलं नाही.'

'आणि आत्ताही दिसत नाहीये. प्रतोष वयाने मोठा होता, पण तुझा नवरा झाला तो. हा मिहीर वयाने लहान आहे आणि कधीही तो तुझा नवरा होणं शक्य नाही.'

'पण मला त्याच्याशी लग्न करायचंच नाहीये.'

'आणि त्याला?'

'बहुतेक नाही. खरं सांगू तर आम्ही या विषयावर कधी बोललोच नाही.'

'वै!'

'राहू दे गं हा विषय!'

'खरं आहे. राहूच दे.'

'चार दिवसांपूर्वी प्रतोष भेटला होता. मी मिहीरबरोबरच होते.'

'मग?'

'मी दिली ओळख करून. दोघं एकमेकांकडे नुसते बघत राहिले.'

'कमाल आहे तुझी!'

'माझी कसली कमाल? मी इतकंच सांगितलं की, हा माझा कलिग.'

'प्रतोष काय इतका भोळा आहे?'

'अजिबात नाही. म्हणूनच तसं सांगितलं. त्याच्या 'साध्यासुध्या मैत्रिणींना' मी विसरले नाहीये शमी. मला त्यासाठी त्याने मारायलाही कमी केलं नव्हतं.'

'बरं. म्हणजे म्हणून तू आता त्याला शह देण्यासाठी एका मुलाचा वापर...'

'शट अप! मी कुणाचाही वापर करत नाहीये. कुणाचाही...'

'मी नाही वापर केला, खरंच... मिहीर आपणहून आला. त्याला मी आवडले आणि मग... केसांची झुलपं उडवत चालणारा, गोरापान, हसरा, शरीर कमावलेला मिहीर! आकर्षण - हो आकर्षणच! त्या वयात हे कबूल करता येत नव्हतं. उलट गर्व वाटायचा. मिहीरसारखा पोरगा आपल्या प्रेमात आहे याचा! आणि मग सर्वत्र मिहीरच मिहीर! प्रत्येक कारणासाठी, प्रत्येक अडचणीसाठी, प्रत्येक आनंदासाठी, प्रत्येक सुखासाठी! तो आपणहून आला. मी त्याला येऊ दिलं इतकंच! तेव्हाही आणि... आणि आत्ता...?'

'वाव! ऐसेही रेहना, हिलना मत.'

'मिहीर? तू आत कसा आलास?'

'सेम-सेम कीज् हनी... वाव! व्हॉट अ फोटोग्राफ.'

'चाव्या तुझ्याकडे... अजूनही...'

'बट, आय नेव्हर मिसयुज्ड दोज कीज्. एनी वे. यू जस्ट रिलॅक्स. आय विल सर्व्ह यू.'

'अरे ऽऽ'

मिहीर सवयीप्रमाणे किचनमध्ये गेला. डिनर पार्सल्स भांड्यात रिकामी केली. ग्लास काढले. बिअरचे दोन मग्ज घेऊन तो बेडरूममध्ये गेला.

'चिअर्स!'

'या ऽ ऽ चिअर्स!'

त्याने खारवलेले काजू, वेफर्सच्या डिशेस तिच्यासमोर धरल्या.

'हॅव वन!'

'यू हॅव टू.'

दोघं मनापासून अगदी मनमोकळं हसले.

'बाय द वे, तू आज इथे कसा?'

'मॅडम, आपलं रिलेशन - आज आठ वर्षं पूर्ण झाली.'

'सो सॉरी - मी.'

'नेव्हर माईंड! रिलेशन संपून आजच एक वर्षही झालं. सो इट्स गुड. टू नॉट रिमेंबर धिस डेट!'

'अँड व्हॉट अबाऊट यू?'

'फॉर मी, धिस डेट इज अ लाईफ!'

'मिहीर.'

'वै, तू मुळीच वाईट वाटून घेऊ नकोस. तू मला खूप काही दिलंस. एक आयुष्य दिलंस. जे मी गेले सात वर्षं जगलो, तसं लाईफ कुणाच्याच नशिबात नाही. आय नो दॅट!'

'मिहीर, तुला नाही माहीत की मी...'

'सुंदर आहेस. आत्ताही तशीच, तितकीच सुंदर आहेस आणि तू आजही माझ्यावर प्रेम करतेस. यू लव्ह मी.'

'अं?'

'जगजित कुठाय?'

'काय?'

'सिंग?'

'ओ, आहे आहे. बाहेर हॉलमध्ये. सीडी प्लेअरमध्ये अडकून बसलाय.'

'चल, त्याला सोडवू या.'

'तू जा ना. लाव सीडी. मला इथे छान वाटतंय.'

'जी.'

'आवारा गलियोंमे...'

'वै.'

'हं.'

'ये लाईट बंद कर देते है! कँडल जलाये?'

'हां.'

'ठीक. आता बोल. खूप गप्पा मारायच्या आहेत. आय ॲम हॅपी दॅट यू आर गोईंग बॅक टू युवर होम.'

'ट्राईंग टू डू सो.'

'वै, आय ॲम गेटिंग मॅरीड.'

'व्हॉट?'

'यस.'

'अरे... अरे.'

'वै.'

'या? आधी का नाही सांगितलंस? फोनवर? मी तुझ्यासाठी काही खास...'

'मला तुला बघायचं होतं. ही न्यूज ऐकल्यावर तुझा आनंद बघायचा होता. तो...'

'यस्. आय ॲम हॅपी. अँड रिलॅक्स्ड! एक ओझं होतं मनावर मिहीर, की माझ्यामुळे तुझं आयुष्य...'

'कमॉन वै, तसं काहीही झालेलं नाही. यू हॅव नॉट स्पॉईल्ड माय लाईफ!'

'वाव! अरे, बंद कर जगजित. लेट्स डान्स! इट्स अ ग्रेट न्यूज.'

'रिअली?'

'ऑफकोर्स!'

'कमॉन!'

'ती सीडी लाव...'

'येस मादाम... नाऊ मे आय?'

हात हातात गुंफले गेले. खांद्यावर, कमरेत विसावले. मिहीरच्या शरीराचा गंध रोमारोमात भिनू लागला. मान छातीवर विसावली. त्याच्या छातीवरची लव, वैष्णवीची करंगळी तिथून फिरू लागली.

'वै...'

'हं...'

'हा गाऊन... यू स्टील लव्ह मी - राइट?'

'अं?'

'आजही तू फक्त गाऊनमध्ये आहेस... पारदर्शक. हाच ना तो शब्द? पारदर्शक...'

'मिहीर... ओ मिहीर.'

■

तीन

वैष्णवीला जाग आली तेव्हा चांगलंच उजाडलं होतं. तिने भलीमोठ्ठी जांभई दिली. आळस दिला. 'आज ऑफिसला दांडी. आजचा दिवस माझा.' तिने कूस बदलली. मिहीरच्या खुणा इतस्ततः पसरलेल्या होत्या. त्या गोळा कराव्याशा वाटत नव्हत्या. वैष्णवीला आश्चर्य वाटलं. 'आपण स्वामींची इतकी प्रवचनं ऐकतो आणि तरीही... काल मिहीर... नाही. नको. सिर्फ तुम्हे देखना था... असंच म्हणत राहिला. आणि आपण? निकराने त्याला अव्हेरलं होतं, मग काल काय झालं?

वैष्णवीने सर्व आवरलं. पर्स खांद्यावर लटकवली. मागच्या मागे दार ओढून घेतलं. निरुद्देश हिंडायचं, इतकंच मनात होतं. पाय स्टेशनकडे वळले. समोर विरार गाडी. तिला घरी जावंसं वाटलं. हो नाही हा विचार होण्याअगोदर ती ढकलली गेली. आपसूक गाडीत शिरली.

'वैष्णवी, तू? आत्ता कशी गं? सुट्टी आहे आज?'

'अगं, येऊ तर देत आत. किती प्रश्न? मला पाणी दे. हं. आज सुट्टी नाहीये. मीच गेले नाही ऑफिसला.'

'चहा ठेवते.'

'आई, भूकही लागली खूप. गरम गरम कडक पोळी दे ना.'

'बस. करते.'

'बाबा कुठे गेलेत?'

'बाजारात. म्हावरं आणायला.'

'वा! मस्तच! मग पोळी नंतर दे. आत्ता चहा पुरे.'

'काय म्हणतोय प्रतोष? कधी जात्येस घरी?'

'आई, काही वेगळं बोलूया?'

'त्याने प्रश्न संपणार आहेत का?'

'नाही. बोल.'

'तू सांगायचंस आणि आम्ही ऐकायचं. हेच तर होत आलंय ना आतापर्यंत!'

'नाही. तुम्ही सांगितलंत आणि मी घराबाहेर पडले ना?'

'वैष्णवी.'

'नाही. राग नाहीये मला. फक्त आश्चर्य वाटतं.'

'कशाचं?'

'मला जेव्हा आधार हवा होता तेव्हा माझ्या माणसांनी तो दिला नाही.'

'अजूनही तुला असंच वाटतं? तान्ह्या लेकराला सोडून आलीस.'

'आई...'

'तुझा हट्ट होता ना लग्न करण्याचा? आम्ही पूर्ण केला. वाटलं होतं, घरातली मोठी तू. शिकशील, हुशार होतीस... नोकरी करशील. हातभार लागेल. निदान बाबू हाताशी येईपर्यंत तरी– असं वाटलं होतं. खरं तर बाबू, मधला आणि छोट्याची जबाबदारी आमचीच. तुला का दोष द्यायचा? पण नंतर तरी आनंदात रहायचंस! मोठं घर, थाटमाट, काही कशाला कमी नाही, तरीही घर सोडलंस...'

'तुला माहितेय मी का घर सोडलं ते.'

'पुरुषांची प्रेम प्रकरणं. नवीन काही नाही त्यात. इथे आलीस परत. लोक नाही नाही ते बोलू लागले.'

'लोकच कशाला? बाबू बोलतच होता ना! बाबाही...'

'खरं आहे. पण काय चुकलं गं त्यांचं? हे इतकुसं घर. त्यात बाबूचं नुकतंच लग्न झालेलं. आम्हीच कसेतरी रहात होतो.'

'राहू दे ना आई. जा म्हणालात, गेले ना मी निघून?'

'तो आनंदाचा भाग होता असं वाटतंय का तुला? मुलांचे कष्ट, दुःखं बघितलं तर कुठल्या आईला आनंद होईल?'

'मला तसं नव्हतं म्हणायचं.'

'तुला तरी काय कळणार म्हणा! आई झालीसच कुठे तू?'

'घसरलीस पुन्हा माझ्यावर.'

'मग? त्या दोन इवल्याशा जिवांना स्वतःच्या सुखासाठी सोडून गेलीस. बाप नव्हताच लायकीचा, पण आईसुद्धा तशीच असावी त्यांची?'

‘पुरे. निघते मी.’

‘किती वेळा पळ काढणार आहेस? मी नाही संसार केला? बाबू, त्याची बायको, रहातात ना याच घरात? सुखी आहेत दोघं...’

‘हं!’

‘बस. अशी उपाशीपोटी जाऊ नकोस. हे येतीलच एवढ्यात. वाटण काढते तोपर्यंत.’

‘मी इथे रहायला आले. जितके महिने राहिले, माझी काहीच मदत झाली नाही?’

‘झाली ना! नाही कोण म्हणतंय? पण जेव्हा नव्हतीस, तेव्हा त्यावाचून काही अडलंही नाही. वैष्णवी, हा भ्रम काढून टाक डोक्यातून. तू तिथेही नाहीयेस, तेव्हाही सुषमा, सागर, प्रतोष जगत आहेतच. काहीच अडलं नाही त्यांचंही. ‘आपल्यावाचून अडावं’ असं जर वाटत असेल तर आपली सवय लावावी लागते आणि त्यासाठी आपल्या स्वत:च्या बऱ्याच गोष्टी सोडून द्याव्या लागतात. तू कॉलेजात होतीस. तुला सतत नवीन कपडे हवे असायचे. ह्यांचा तेवढा पगार नव्हता. मग दोन महिन्यांनी एकाला काही आणलं जायचं. कधी जमायचे पैसे, कधी नाही. मग दोन महिन्यांचे पाच-सहा महिनेही व्हायचे. तुझा हट्ट चालूच असायचा. माझी दोन्ही पातळं खराब झाली होती. एखादं तरी घ्यावं म्हणून निघाले तर दारातच तू भेटलीस.’

‘मला आठवतंय.’

‘तुला घरातच बसायचं असतं, मला कॉलेजला जावं लागतं. मग घरात नवीन साडी हवी कशाला? असं तू विचारलंस.’

‘पुरे आई. मी चुकले होते तेव्हा.’

‘तुझ्यासाठी ड्रेसचं कापड घेऊन आले.’

‘पुरे ना!’

‘माझा मोठेपणा नाही सांगत आहे. पण हे असं करावं लागतं. तुम्हा मुलांचं मी चार दिवस माहेरी गेले तर अडायचं. याचं कारण...’

‘चुकले आई.’

‘बाबा आले बघ! डोळे पूस. गरम गरम कालवण आत्ता तयार होईल.’

‘अरे? तू?’

‘पाणी घ्या बाबा.’

‘हं.’

‘सगळा चिखल लागलाय बाबा...’

'लागायचाच. बाजारात जायचं तर चिखल लागायचाच. बस. मग? काय ठरलं तुझं?'

वैष्णवी संध्याकाळ उतरली तशी बाहेर पडली. आई-बाबांबरोबर खूप छान वाटत होतं हे तिला नव्याने जाणवलं. 'आपल्यालाही असंच समाधान हवं आहे. आई-बाबांमधला संवाद, त्यांची खोटी खोटी भांडणं, त्यावर हसणं, एक समाधान दोघांच्याही चेहऱ्यावर! त्याच घरात, जिथे मी लहानाची मोठी झाले. त्या काड्यापेटीसारख्या घराचा तिटकारा करत करत राहिले. त्याच काड्यापेटीच्या घरात त्या दोघांना आनंद, समाधान मिळालं. हे शक्य आहे. त्यासाठी मोठाल्या घराची गरज नाही. अनेक चित्रपटांमधून हे आपण आजपर्यंत बघितलं. पण आपल्याला ते जाणवलं नाही. समजलं नाही. पण आता- आता समजलंय.'

चालता चालता तिच्या लक्षात आलं, आज प्रतोष फोन करणार होता. तिला भेटायची वेळ कळवणार होता. कधी, कुठे भेटायचं हेही सांगणार होता. त्याचा फोन आला नाही, म्हणून वैष्णवीने फोन लावला.

'हॅलो, मी वैष्णवी. तू मला आज फोन करणार होतास ना?'

'कामात होतो. आपण भेटू उद्या.'

'कुठे? किती वाजता?'

'सात वाजता. सी सी डी त.'

'ठीक आहे. मी येईन...'

फोन कट? वाक्यही पूर्ण होऊ दिलं नाही? ही प्रतोषची नेहमीचीच सवय! पण लग्नानंतरची! लग्नाआधी त्याला खूप बोलायला हवं असायचं. घरी फोन नव्हता. समोरच्या वाण्याकडच्या दुकानातून फोन करावा लागायचा. जास्त वेळ बोलत बसले की, तो वाणी चिडायचा. मागे अजून कुणी ताटकळत असायचं. मग फोन ठेवायचा. त्या व्यक्तीचं बोलणं झालं की, पुन्हा लावायचा. घरी आई चिडायची. लग्न झालं आणि चित्र पालटू लागलं. या फोनवरूनच काय तमाशा झाला होता तेव्हा घरात...

'कुणाशी बोलत्येस?'

'प्रतोषशी.'

'किती वेळा लावतेस गं फोन त्याला?'

'दोन-तीनदा लावला होता. पण त्याने कट केला.'

'कामात असणार तो. उगीचच त्याला त्रास देऊ नकोस.'

'आई, माझंही कामच आहे त्याच्याकडे.'

'काय काम आहे? सकाळी बोलला नाहीत तुम्ही?'

'मला त्रास आत्ता होतोय. डॉक्टरकडे जायला हवं.'

'सारखे फोन करू नकोस. बिल कोण भरणार?'

'घ्या प्रतोषकडून.'

'तो कुठून देणार आहे? याची कामं बेभरवशाची.'

'मग मी काय करू?'

'ते तुमचं तुम्ही बघा. दोन-दोन संसार आम्ही नाही चालवू शकत.'

'एका फोनवरून इतकं बोलताय! काय चुकले मी?'

'मला माझ्या मैत्रिणीला फोन लावायचाय. दे मला रिसिव्हर.'

मग आपण चिडलो. आपटला रिसिव्हर! तडक खाली उतरलो. पब्लिक कॉलवरून प्रतोषला फोन लावला.

'मी बोलत्ये. तू फोन का कट करतोयस? हा वेगळा नंबर बघून घेतलास ना? कुठे आहेस? काय चाललंय? मला बरं नाहीये, तर तू...'

'मी कामात आहे, नंतर फोन करतो.'

'पण मला डॉक्ट...'

कट. खूप अपमान झाला होता तेव्हा. राग राग. जीव द्यावासा वाटत होता. पळून जावंसं वाटत होतं. तश्शाच घरी गेलो. कपडे बदलले आणि काहीही न सांगता घराबाहेर पडलो. बाहेर पडताना दार धाडकन ओढून घ्यायला विसरलो नाही. त्यावेळी कुठे जावं, कुणाकडे जावं हा प्रश्न पडला होता. मग नेहमीप्रमाणे मोर्चा वळवला तो शमीकडे. त्यावेळीही शमीचा हेवा वाटला होता. बँकेत नोकरीला लागली होती. एक कॉन्फिडन्स होता चेहऱ्यावर! आणि मी, अस्ताव्यस्त! भरकटलेली!

'वै, मी कामात आहे. आत्ता काऊंटर सोडून येऊ शकणार नाही. तू असं कर, लंच अवर्समध्ये ये. तेव्हा बोलू.'

नाही गेले मग परत. वणवण निरुद्देश हिंडत राहिले. थकले, कडकडून भूक लागली तेव्हा घरी गेले. तोपर्यंत घरात माझ्या नावाने शंख करून झाला होता. सगळे टकाटका बघत होते. सरळ पान वाढून घेतलं आणि तोबरा भरत राहिले. असे कितीतरी प्रसंग... तुकडे तुकडे होऊन नाचतायत समोर. या टी. व्ही. मालिकांना एपिसोडच्या एपिसोड फुकटात लिहून देईन...'

विचारात वैष्णवी कधीचीच घरी पोहोचली. शांतपणे टी. व्ही. बघत बसली. कंटाळा आला तसा तिने टी. व्ही. बंद केला. कोचावरच लवंडली. कालची मिहीर- रात्र तिच्या अंगावरून सरकू लागली.

* * *

'मी बोललोय घरी सर्वांशी. तू परत यायचं म्हणत्येस हे सांगितलंय.'

'हे तू मला आधीही सांगितलं आहेस. पुढे काय?'

'खरं तर पुढे काही बोलणंच झालं नाही घरी. मी गौरीशी बोललो तर ती तडकलीच आणि दादा येतोय मुंबईला सुषमाला घेऊन तेव्हा बोलू म्हणाला.'

'तुझं काय?'

'माझं काय? आता पन्नास वर्षं उलटली आयुष्याची. काय फरक पडणार आहे वेगळा?'

'ठाम काय ते सांग. मोघम नको.'

'आलीस तरी चालेल...'

'म्हणजेच नाही आले तरीही चालेल.'

'असं कुठे मी म्हणालो? ये!'

'नक्की?'

'हं.'

'कधी येऊ?'

'ते मी तुला कळवतो.'

'प्रतोष, हे तुझं माझ्या येण्यावरून इतकं उदासीन असणं, मला कळत नाहीये.'

'मला पुन्हा तेच घडायला नको आहे. तुला माहितेय माझी आर्थिक परिस्थिती.'

'हो.'

'तिघांचा भार घेता येणं शक्य नाही.'

'तेव्हा तरी कुठे घेत होतास?'

'तू तडकाफडकी निघून गेलीस. तू, मुलं जवळ असती तर नक्कीच आज मी वेगळा असतो. काहीच करत नव्हतो मी? बिझनेसमध्ये अप्स अँड डाऊन्स असतातच. तुला धीर नव्हता.'

'आणि तुझं मला मारणं? तुझी अफेअर्स?'

'खरंतर तेव्हा अफेअर नव्हतं. छान मैत्री होती. अफेअर नंतर झालं. तू संशय घ्यायला लागलीस तेव्हापासून.'

'म्हणजे तुझ्या अफेअरला मीच जबाबदार!'

'तसं म्हण...'

'किती कोडगा आहेस तू प्रतोष.'

'मग या कोडग्याकडे यायचंच आहे तुला, ते कशाला?'

'जुनं विसरायचं ठरवलंय मी. मला तू हवा आहेस, मुलं हवी आहेत.'

'उपरती झाली?'

'कशाला वाद घालतोयस? हो म्हणालास ना?'

'हा, तेच. तर पैसा म्हणावा तसा नाहीये...'

'माझ्याकडे आहे.'

'मी लाचार नाहीये. तुला इतकंच सांगायचंय की, तुला खर्च करायचे असतील तुझे पैसे तर कर, पण त्याचा तोरा मिरवायचा नाही. शिवाय मुलांना तुझी सवय नाहीये. गौरी आणि दादाकडे वाढलीत दोघं. तेव्हा...'

'मी समजू शकते. मला कल्पना आहे. अधूनमधून भेटत होतेच ना त्यांना?'

'दोन-चार तासांसाठी भेटणं आणि चोवीस तास एकत्र रहाणं यात फरक आहेच की!'

'चांगलाच! लग्नाअगोदर आपलं दोन-चार तासांसाठी भेटणं आणि लग्नानंतर...'

'तू नको येऊस घरी...'

'मी, मी चुकून बोलले. खरंच!'

'...'

'बोल प्रतोष!'

'ठीक आहे. मी निघू?'

'मी इथे एकटी बसून काय करू?'

'हो, निघू या?'

'हो.'

वैष्णवीला तिच्या बिल्डिंगपाशी सोडून प्रतोष निघाला. आता क्लबमध्ये जाणं त्याला अत्यावश्यक वाटू लागलं. 'घरी जाऊन तरी काय करणार? आई तेच ते बडबडत राहणार. तिचंही वय झालंय आता. दिवसभर घरात एकटी असते. नाही तर फोनवर बोलत रहाते. आपण गेलो की, आपल्यापाशी काही ना काही सुरू होतं. क्लब बरा. एखादा पेग घेऊन एखादा कोपरा गाठायचा. अंधूकसा प्रकाश असलेला. आवाजातली अत्यंत शांतता! डिस्को चालू, नाच, धुंद वातावरण आणि तरीही शांतता. हे स्वातंत्र्य आता संपणार -

'वन लार्ज प्लीज.'

वैष्णवी घरी येणार, मुलं येणार. एकटं रहाण्याची इतक्या वर्षांची सवय! अवतीभवती माणसं असणार तर आपल्याला चालेल? आवडेल? खरंतर नाही आवडणार आणि तरीही आपण तिला हो का म्हणालो? आजही ती तितकीच सुंदर दिसते म्हणून? किमीपेक्षाही? हो. मान्य करायला हवं. किमी सुंदर आहे, पण तिच्या सौंदर्यात मग्रुरी आहे. अर्थात. आता किमी आहेच कुठे? किती वर्षं

झाली तिला जाऊन? बरीच.

'रिपीट.'

वैष्णवी घरी येणार! भीती वाटत्ये का आपल्याला? साले आपण भित्रेच! वरून मोठा आव आणला, मोठ्ठ्या आवाजात बोललो तरी आतून भित्रेच! ही भीती कुणाला दिसू नये म्हणून आपला आवाज मोठा! जस्ट, दाखवण्यापुरती बेफिकिरी! आत्ताही आपण तेच केलं. वैष्णवीला जाणवून दिलं, 'तुला यायचंय म्हणून तू ये. मला काही फरक पडत नाही त्यात. आजही आपण जिंकलोच!

तेव्हाही जिंकलो होतो. सदू सांगत होता, ही फाकडू तुला पटणं शक्य नाही. च्यामारी त्याच्या! म्हणत होता, 'तू साल्या काळाढुस्स! आणि ती गोरीपान, नाजूक. दवबिंदूच रे! तू दगड! शिवाय...' आपण चिडलोच होतो. त्याला वाक्य पूर्ण करू दिलंच नाही. सरळ पैज लावली, 'हिला पटवून दाखवतो. तू काहीही देऊ नकोस. पण पैज, हा चॅलेंज ॲक्सेप्ट कर.' बावळट 'हो' म्हणाला. मग लागलो कामाला. कुठे रहाते, घरी कोण कोण आहे, तिला काय आवडतं? सालं काम सोपं होतं. थोडी छानछौकी दाखवायची, प्रेमाचा वर्षाव करायचा, तिच्यासमोर साधं सरळ वागायचं की झालं! आणि खरंच झालं! चार की पाचच महिने लागले. कॉलेज क्वीनच्या गळ्यात हात घालून हिंडायला लागलो.

आणि मग वाटलं, करावं हिच्याशीच लग्न! ती तर नुसती अधाश्यासारखी...! दादा, गौरीला आश्चर्य वाटलं. आई-नानांनाही! या पोरीने मला होकार दिला कसा? सरळ सदूपुढे उभा राहिलो, वैष्णवीसकट! त्याने वासलेला 'आ' कितीतरी वेळ तसाच! साल्याची हनुवटी नुसती लोंबकळत राहिली होती.

आणि मग एक भीती सुरू झाली. प्रचंड भीती! वैष्णवीला आपला कंटाळा आला तर? तिला कुणी दुसरा आवडला तर?

सालं लग्न म्हणजे कटकटीच फार! आता नव्हता बिझनेस चालत तर काय करू? आई-नानांनी हात झटकले. तुझा संसार, घरात पैसे टाक? वैष्णवी म्हणाली, 'मी नोकरी करते.' पुन्हा भीती, एक चमकच भीतीची, पार आतून सरकत जाणारी. ही फाकडू दहा माणसांत वावरणार! साली पुरुषाची जात मी ओळखत नाही काय? कुणी एक तिच्या नजरेत भरणार आणि... नकोच ती नोकरी. मग उपाय? आणि उपाय अलगद तिच्या पोटात उतरला. मूल नको म्हणत होती तर घरातल्यांनी ऐकलं नाही. त्यांना चिथवणारा मीच होतो. आणि तिला त्रास होत होता. 'पडून रहा' डॉक्टर म्हणाले आणि मी सुटलो. पोरगी झाली, माझ्यासारखी! बरं झालं. तीही वैष्णवीसारखी असती तर... सगळे म्हणाले असते, 'बरं झालं, आईच्या वळणावर गेली.'

'स्मॉल प्लीज, और चकना.'

घरातला खर्च वाढला. पुन्हा हिचा नोकरीचा तगादा सुरू झाला. पुन्हा भीती! भीती! मग आईच म्हणाली, 'करू दे नोकरी.' आपण नाही म्हणालो. घरात पैसे देऊ लागलो, तेही गरजेपुरते. हिला कपडे वगैरे आणणं बंद केलं. तिथेच चुकलो. तिच्या गरजा पूर्ण करायला हव्या होत्या, मग नसती गेली ती. नाहीतरी चाळीतल्या खुराड्यात रहाणाऱ्या वैष्णवीला अजून काय हवं होतं? ती माझ्यावर प्रेम करत होती की घरावर? सालं हे कोडं तेव्हा पडलंच नाही. नंतर वाटायला लागलं, तिला हवं होतं मोठं घर, ऐषोआरामाचं, उंची कपडा, हॉटेलिंग, हिंडणं, फिरणं, आपल्यावर प्रेम केलं ते किमीने. तिला काहीही न देता ती प्रेम करू लागली. तेव्हा आपली भीती जरा कमी झाली.

कितीही लपवायचा प्रयत्न केला तरी वैष्णवीला समजलंच. मग पुन्हा एक भीती. मग आपला आवाजच नुसता वाढला नाही तर हातही उठला. वाटलं होतं ती घाबरेल. तशी घाबरली सुरुवाती सुरुवातीला. मग काही काळ सर्व शांत झालं. आई-नानांनी दुर्लक्ष केलं हे त्यातल्या त्यात छान झालं. आणि मग अजून एक मूल. आपल्या प्रेमाचा वर्षाव, तिची खात्री होण्यासाठी. मुलगा! तिच्यासारखा दिसणारा! मग सर्व ठीक चाललंय असं वाटत होतं.

त्या दिवशी चुकलंच. सागरला डॉक्टरकडे न्यायचं होतं. आई-नाना बाहेर गेले होते. सुषमाला बरोबर न्यायला हवं होतं. आपण येतो सांगूनही नाही गेलो. किमी सोडेचना. आणि मग... आपण खरंच कोडगे झालो. जात्येस घर सोडून तर जा! तेव्हा आपली भीती कुठे गेली? किमीच्या मिठीत?

'साब, क्लब बंद करना है।'

'हां. जा रहा हूं.'

वैष्णवी घर सोडून गेली. सागर रडत होता. सतत. झक मारत दुधाची बाटली विकत आणण्यासाठी जावं लागलं होतं. नसती डोकेदुखी!...

'किती उशीर रे!'

'झोप तू आई.'

'दादा येतोय उद्या. त्याला घ्यायला स्टेशनवर जा.'

'एकटाच?'

'नाही. सुषमापण येत्ये. बरंच सामान आहे बरोबर असं म्हणाला. बरं, जेवणार आहेस?'

'नको. झोप तू.'

उद्या दादा येणार! सुषमापण! म्हणजे? दादाला वैष्णवीने घरी यावं, हे

असंच वाटतंय तर!

प्रतोष चिंतित झाला. पलंगावर बुटांसकट आडवा झाला. व्हिस्की हळूहळू अंगभर पसरू लागली. जळता दिवा बघून पुष्पाबाई बेडरूमपर्यंत आल्या. पन्नाशी उलटलेल्या, अस्ताव्यस्त पसरलेल्या आपल्या मुलाकडे बघून त्यांना वाईट वाटलं. वैष्णवीचा पुन्हा एकदा राग आला. दिवा घालवून त्या आपल्या बेडरूममध्ये आल्या. अस्वस्थतेत जपाच्या माळेचे मणी भराभरा गरगर फिरू लागले.

'गाडी अगदी वेळेवर आली!'

'हो. पण तरी अंग आंबून आलंय नुसतं.'

'चला.'

'प्रतोष, सुषमाशी काही बोलला नाहीस?'

'हॅलो सुषमा,'

'हॅलो.'

'राहू दे. घरी जाऊन बोलू.'

'आलात? या!'

'सुषमा, हे तुझं सामान आत नेऊन ठेव; प्रतोषच्या खोलीत.'

'माझ्या?'

'आणि हात-पाय धुऊन ये.'

'हो.'

'अशी परक्यासारखी का वागत्येस? याआधी कधी आली नव्हतीस का? काय गं?'

'आजी.'

'बरं, जा.'

सुषमाने बॅगा उचलल्या आणि ती आत गेली. बेडरूम पसरलेली होती. पलंगावरची चादर चुरगळलेली, अंथरुणाची घडीही घातलेली नव्हती. दाराला आतल्या बाजूने खुंट्या होत्या. त्यावर तीन-चार शर्ट्स, दोन पँट लटकवलेल्या. सिगारेटची थोटकं तर ड्रेसिंग टेबलपासून जमिनीवर, नाईट लँपच्या छोट्याशा टेबलावर कुठेही पडलेली. 'शी!' आपण इथे रहायचं? हे असे सॉक्सचे बोळे पलंगाखाली फेकलेले, कपाटाचं एक दार उघडं, त्यातून कोंबलेले कपडे दिसतायत, खरकटा ग्लास. शी ऽ दारूचा वास येतोय. पपा असा राहतो? आज्जी काहीच बोलत नाही त्याला? यापेक्षा आपण नागपूरमध्ये होतो तेच बरं

होतं, असं तिला वाटू लागलं. तिने तसं दादाकाकांना सांगितलंही होतं...

'काका, मला नाही जायचं मुंबईला.'

'पण जावं तर लागेलच ना! तुझ्या पपांनी बोलावलंय तुला.'

'तुम्ही सांगा ना, की सुषमा येणार नाही म्हणून!'

'मी कसं तसं सांगणार?'

'का नाही?'

'सुषमा, अगं वडील आहेत ते तुझे! आम्ही तरी काय करणार?'

'काकू, पपा ऐकेल तुझं!'

'पपा ऐकेलही, पण तुझी आई,.. तुझी ममी गं...'

'मम्मीचं काय?'

'तिनेच बोलावलंय ना! मग?'

'मला नाही जायचं.'

'सुषमा, आमचा नाइलाज आहे.'

'आणि इतकी वर्षं सांभाळलं ना तुला! शेवटी आई-वडील ते आई-वडील! त्यांची सर काका-काकूंना कशी येणार?'

'पण... माझ्यासाठी तर, म्हणजे तुम्हीच मला पप्पा-ममी...'

'ते आपलं बोलण्यापुरतं! चल, आवरायला घे सामान. बॅगा भरायच्या आहेत ना...'

मग मात्र सुषमाचा नाइलाज झाला. तिला खूप रडू यायला लागलं. आता आपण इथे परत कधीच येणार नाही, या कल्पनेनं ती कासावीस झाली. फक्त रडत राहिली. जेवली नाही, घराबाहेर पडली नाही. खिडकीतून दिसणारी झाडं आणि आकाश बघत राहिली. नलिनीने किती वेळा तिला फिरायला चल म्हणून सांगितलं असेल, सुषमा नाही गेली. इतकंच नाही तर तिच्यावरच चिडली.

'तुझं काय गं? तू मस्त इथे रहाणार. काका-काकू आता अजूनच तुझे लाड करणार. तुला प्रेम करणार. मी मात्र जाणार. ममी-पपाला माझ्याबद्दल काहीच वाटत नाही. मी तिथे एकटी पडणार.'

'सागर असेल ना तुझ्याबरोबर...'

'तो काय तन्मयसारखा आहे? आम्ही तर वर्षातून एकदाच भेटतो. पण तो मला भावासारखा वाटत नाही. तन्मय वाटतो तसा सागर नाही वाटत.'

'आज्जी आहे...'

'तुम्हा सर्वांना मी नको आहे ना?'

'तसं नाही ग सुष. पण...'

'जाईन मी.'

आणि त्या रात्री सुषमा खूप रडली. पण हे रडणं कुणालाही समजलं नाही. घरातून बाहेर पडताना मात्र एक थेंब नव्हता तिच्या डोळ्यांत. सगळे रडत होते आणि ती शांत, गप्प! संपूर्ण प्रवासभर ती गप्पच होती. मनातल्या मनात ती तिच्या आईचा द्वेष करत होती. पपाला नावं ठेवत होती. कुठेतरी पळून जावं, पण मुंबईला जाऊ नये असं सारखं वाटत होतं आणि गाडी मुंबई स्टेशनवर पोहोचली होती. स्टेशनवर दिसलेला पपा तिला आत्ता आठवला. परका, उपरा, त्रयस्थ! पप्पाबरोबर रहायचं? या अशा खोलीत? विचारांनी तिला मळमळायला लागलं.

'सुषमाऽऽ, ए सुषमा...'

पुष्पाबाईंची हाक ऐकून सुषमा बाहेर आली.

'तू दूध घेणार?'

'नाही.'

'मग काय हवं?'

'काही नको.' असं म्हणून सुषमा पुन्हा आत गेली.

'प्रतोष, हे असं चाललंय. गेले तीन-चार दिवस अशी वागत्ये. इथं यायचं नक्की झालं तेव्हापासून...'

'दादा, मी काय करू?'

'म्हणजे?'

'बाप आहेस तिचा, तिला बोलतं कर. जरा जवळ घे. प्रेम दाखव.'

'मला, म्हणजे मी...'

'संसाराला लागतो आहेस, तर मुलांना सांभाळता यायला हवं.'

'तुला माहितेय की मी कधी मुलांबरोबर राहिलोच नाही. जेव्हा खरंच रहायला हवं होतं तेव्हा तुम्ही दोघं म्हणजे तू आणि गौरीताई दोघांना घेऊन गेलात...'

'म्हणजे, आमचीच चूक तर...'

'दादा, प्रतोष, दोघं शांत बसा. जुन्या गोष्टींशी काय करायचंय? जे झालं ते झालं. पुढचं बघा आता.'

'मी काय बघू आई? प्रतोष म्हणाला म्हणून सुषमाला घेऊन आलो. माझी जबाबदारी संपली. मी आणि जान्हवीने मिळून तिला वाढवलं, संस्कार दिले, तिची यथोचित काळजी घेतली. प्रसंगी नलूला कमी केलं, पण सुषमाला तोशीस लागू दिली नाही. बरं झालं वेळीच पोरगी आई-वडिलांपाशी पोहोचली. वयात आलेली पोरगी, तीही दुसऱ्याची. उद्या काही कमीजास्त झालं असतं, तर

इतके वर्षं सांभाळ केला त्यावर पाणी पडलं असतं.'

'पण सुषमा खूश दिसत नाहीये.'

'खरं आहे. ती यायला तयारच नव्हती. पण आम्ही तिच्या विनंतीकडे चक्क दुर्लक्ष केलं. आनंद आहे की, प्रतोषने तिला बोलावून घेतलं! मी जर तिची जबाबदारी झटकली असती तरी रोष झाला असता तुम्हा सर्वांचा! आता तिला नीट सांभाळ. तिच्या मनात काय काय चाललं असेल...'

'मी वैष्णवीला फोन करतो.'

'कशाला?'

'तू सुषमाला घेऊन आला आहेस, हे तिला सांगायला हवं.'

'आत्ताच नको. आधी मला गौरीला भेटायचंय.'

'गौरीचं काही विचारू नकोस रे बाबा. खूप रडत होती फोनवर, चिडली होती. फोनच आदळला तिने परवा. वाट्टेल ते झालं तरी सागरला पाठवणार नाही असं म्हणत होती.'

'मलाही फोन आला होता तिचा. तिचं दुःख तीच जाणे. आजच भेटतो तिला. प्रतोष, जेवणं झाली की, तुझ्याशी बोलायचं आहे.'

'बरं!'

'सागर, ए सागर...'

'काय?'

'कधीपासून बोलावत्ये तुला...'

'काय?'

'तुला माझ्याबरोबर चलायचंय.'

'कुठे? मी नाही येणार. मला बोअर होतं.'

'दादामामा आलाय, सुषमापण आली...'

'कधी?'

'आताच फोन आला होता. आजच आलेत.'

'ताई आली?'

'हो. आणि...'

'आणि काय?'

'काही नाही. तू तयार हो?'

'पण बाबा आले नाहीत ना अजून! जायचं कसं? गाडी कुठाय?'

'जाऊ बसने.'

'श्यॅ: बसने कोण येणार? आणि ट्रेनही नकोय, आधीच सांगून ठेवतो.

टॅक्सीने नेत असशील तर येतो.'

'जणू, माझीच बहीण आली...'

'नको जाऊ या ऽऽ! रात्री जाऊ. ती आहे ना इथेच?'

'चल, टॅक्सीने चल.'

'हा आलो.'

सागरच्या हट्टाकडे गौरीचं लक्ष नव्हतंच. तिला दादाला भेटायचं होतं, तातडीने.

'जयू, हॅलो, जयंत, मी बोलत्ये.'

'बोल.'

'दादा आलाय.'

'कधी?'

'आजच. सुषमाही आली. मला बोलावलंय तिथे.'

'ठीक आहे. जा तू. मीही तिथेच येतो ऑफिसातून. सागर...'

'येतोय ना माझ्याबरोबर.'

'हे बघ. शांत रहायचं. वाद घालायचे नाहीत. आधी सगळं ऐकून घे. मी येतो लवकरच.'

'खरंच लवकर ये.'

'रडायचं नाही. परवा रात्री आपलं सविस्तर बोलणं झालंय. आठवतंय ना?'

'हो.'

'मग शांत हो आणि खंबीर रहा. ठेवतो फोन.'

टॅक्सीत बसल्यावर गौरीला अगदी गळून गेल्यासारखं झालं. 'खरंच का सागर जाणार आपल्याला सोडून? आणि का म्हणून?' परवा जयूलाही हाच प्रश्न आपण शंभर वेळा विचारला असेल.'

'का म्हणून?'

'याचं उत्तर माझ्याजवळही नाही.'

'मी का ऐकायचं प्रतोषचं?'

'तुला काय वाटतंय गौरी? मला काहीच फरक पडत नाहीये?'

'तू शांत आहेस.'

'आरडाओरडा करू? कुणावर? चूक आपलीच होती. आपण विसरलो की, सागर आपला मुलगा नाही. आपण फक्त केअरटेकर होतो. स्वखुषीने त्याची जबाबदारी घेतली होती. आता...'

'जयंत, प्लीज, तू रडतोयस? नको ना रे.'

'आता पुन्हा आपण एकटे होणार. हे घर सुनं सुनं होणार. आता हट्ट करणारं कुणी रहाणार नाही. तू माझ्याकडे आणि मी तुझ्याकडे, तास न् तास फक्त बघत रहायचं.'

'का म्हणून?'

'सागर आजही बाप म्हणून प्रतोषचं नाव लावतो म्हणून.'

'आपण बदलून टाकू ते नाव.'

'तुझ्या माझ्या हातात नाही हे.'

'का म्हणून?'

'पुन्हा पुन्हा का म्हणून? असा प्रश्न विचारत राहिलीस तरी वस्तुस्थिती बदलणार नाही. उत्तर बदलणार नाही.'

'काय आहे उत्तर?'

'एकच उत्तर! आपण निपुत्रिक आहोत.'

जयू ढसाढसा रडायला लागला होता. एरवी एवढा खंबीर, स्पष्ट, ताठ, ठाम असणारा जयंत कोसळला होता. आपणच त्याची समजूत घालत बसलो. आणि समजूत घालता घालता रडू लागलो. आणि ज्याच्यासाठी रडत होतो, तो तेव्हा व्हिडीओ गेम्स खेळण्यात मश्गुल होता.

'आई, लक्ष कुठाय तुझं?'

'काय झालं बाळ?'

'गेलं मागे आइस्क्रिम पार्लर!'

'नंतर घेईन.'

'विसरशील. आत्ताच घे.'

'अरे पण...'

'आ... त्ता... च...'

'बरं बाबा. ओ टॅक्सीवाले, यू टर्न लेना. वो पार्लर, आइस्क्रिम के दुकान में...'

'त्याला काय सांगत्येस? हॅं ऽऽ हॅं ऽऽ'

गौरी कसंनुसं हसली. आत्ता आपण टॅक्सी वळवली. याला आइस्क्रिम हवं म्हणून! इतर वेळी असं केलं असतं का? नाहीच कदाचित.

'बराच वेळ लागला तुला यायला!'

'तर काय! हा बघ ना! टॅक्सी केवढी तरी पुढे आली होती, पण याला आइस्क्रिम खायचं होतं, मग पुन्हा उलटी गेले.'

'काय हे गौरी ऽऽ!'

'आई, तो ऐकतो का?'

'तू हे असे लाड करत आलीस, आता इथे त्याचे हे लाड पूर्ण होणार आहेत का?'

'पण इथं येतंय कोण? मी? छ्यॉऽऽ!'

'बघितलंस! मी म्हटलं नव्हतं तुला फोनवर की सागर रहायचाच नाही इथे. मला आणि जयंताला सोडून तो राहू शकेल का?'

'सागर आत जा. ताई आली बघ...'

'ए तायडे, बाहेर ये ना!'

'तू जा आत. ती झोपली असेल तर उठव तिला.'

सागर आत गेला. हॉलमध्ये पुष्पाबाई, गौरी, दादा आणि प्रतोष अगदी हळू आवाजात बोलू लागले.

'गौरी, आता बोल. तुला जे काही म्हणायचं असेल ते म्हण, मोकळी हो.'

'मी काय बोलणार रे दादा! कुणी तरी फोन करतं. एखादं खेळणं परत हवं, असं म्हणतं आणि त्या खेळण्याला इतकं जपलेलं असतं इतकी वर्षं, तरी काही न बोलता, आपण ते निमूट परत करावं.'

'खेळणं?'

'खेळणंच की रे! भावनांचा इथे काही संबंध आहे का? सजीव की निर्जीव तेही बघण्याची गरज नाही. बघायला गेलं तर लगेचच कायदा दाखवला जाईल. कलम नंबर अमुक तमुक... या कलमाप्रमाणे हे खेळणं मालकी हक्काने सौ. गौरी ह्यांचं होणं शक्य नाही...'

'गौरी ऽऽ'

'नाही रडणार मी आता आई. प्रतोषचा फोन आला, त्या दिवसापासून फक्त रडत्येच आहे. जयूसारखा माणूसही रडला अगदी हमसून हमसून! तुम्ही सर्वांनीच सागरला एक खेळणं करून टाकलं आहे. तो सजीव आहे, हे विसरलात.'

'तसं काही नाहीये ताई. अगं तू आणि दादा... तुम्हा दोघांचे किती उपकार आहेत.'

'ही उपकाराची भाषा नकोय.'

'मी मनापासून बोलतोय.'

'हो? मग परतफेड कर आमच्या उपकाराची.'

'कशी? तू सांग फक्त...'

'सुषमाचं मला ठाऊक नाही, पण सागर माझ्याकडेच राहील.'

'मी बोलतो वैष्णवीशी तसं.'

'बोलू नकोस. ठामपणे सांग तसं. तुझ्यात हिंमत असेल तर!'

'म्हणजे?'

'आहे तुझ्यात हिंमत?'

'ऑफकोर्स!'

'तोंड बघा ऽऽ!'

'ताई ऽऽ!'

'माझ्यावर ओरडून काय होणार आहे! इतकी वर्षं तुला, मुलांना सोडून राहिली. गाव भटकली, कोण कोण होतं तिच्याबरोबर... सगळं विसरलास आणि अशा बाईला पुन्हा घरात घेतो आहेस. का म्हणून? आहे उत्तर? मी म्हणते गरजच काय? सागर कुठे राहील हा विषय बाजूला ठेव. पण अशी बाई पुन्हा घरात, लोक काय म्हणतील?'

'त्यांची मला पर्वा नाही.'

'पण मुलांचं काय? त्यांना बोलतीलच नं... तेव्हा काय करशील?'

'ताई ऽऽ'

'म्हणूनच विचारलं, आहे हिंमत?'

आवाज वाढत गेले आणि सुषमा आणि सागर कधी दारात येऊन उभे राहिले हे कुणालाच समजलं नाही. पुष्पाबाई रडत होत्या. दादा अस्वस्थ फेऱ्या मारत होते आणि गौरी-प्रतोष फक्त वाद घालत होते. दूरत्व किंवा आत्मीयता नसलेले सागर, सुषमा एकमेकांच्या आधाराने बधिर होऊन दारातच पुतळ्यांसारखे उभे होते.

■

चार

‘आई तुला भेटायला यायची का रे? मला भेटायला कधीच आली नाही.’

‘कधी कधी यायची. पण आई भेटू द्यायची नाही.’

‘तू आत्याला आई म्हणतोस! मी काकूला कधी आई म्हणू शकले नाही. नलिनी होती, तन्मय होता तिला आई म्हणायला. लहान होते मी तेव्हा एकदा काकूला आई म्हणून हाक मारली होती, तेव्हा नलिनी लगेचच म्हणाली होती, ‘ए, ती तुझी आई कशी? काकू आहे ना! मग काकू म्हण ना!’ मग पुन्हा कधीच मी तिला आई म्हणाले नाही. खूप राग आला होता तेव्हा. खूप रडले होते त्या रात्री. मला माझं घर हवं होतं. ममी-पपा, तू हवे होतात. त्यानंतर एका सुट्टीत इथे आले होते. वाटलं होतं की, परत नागपूरला जाऊच नये. पण पपा तेव्हा घरात नसायचाच. रोज रात्री उशिरा यायचा. आजीचं त्याचं भांडण व्हायचं. आजोबा पण चिडायचे. एकदा तर पपाने चिडून फ्लॉवरपॉट जमिनीवर फेकला. मी खूप घाबरले होते. दुसऱ्या दिवशी काकाला हळूच फोन केला. ‘मला इथे नाही रहायचं म्हणून सांगितलं.’ चार दिवसांनी काका न्यायला आला तेव्हा मला बरं वाटलं होतं.’

‘मी कुठे होतो?’

‘तू आत्याबरोबर ट्रीपला गेला होतास. आत्या तुझे खूप लाड करते ना? माझे लाड कुणी करत नाही. मी आधी हट्ट करायची काका-काकूंकडे. पण नंतर नंतर समजलं, ते नलिनीचे आई-बाबा आहेत, तर तिचेच लाड करणार. मी तर परकीच ना! आता इथे आले. नव्हतं यायचं मला, पण यावं लागलं.’

‘मी नाही येणार इथे. हट्!’

‘आणि यावं लागलं तर?’

‘आई मला येऊ देणारच नाही.’

‘मी एकटीनेच रहायचं इथे?’

‘तू चल ना आईकडे.’

‘आत्याने मला कुठे बोलावलंय? आल्यापासून माझ्याशी बोलायलाही आली नाही. भांडत्ये ती पपा, काकांशी ते, तुझ्यासाठी. माझ्यासाठी नाही.’

‘मग?’

‘मग काय? मी इथे रहायचं आणि तू तिथे.’

‘ताई...’

‘बरं वाटलं रे तू ताई म्हणालास!’

सुषमाने सागरला जवळ घेतलं. दोघं कितीतरी वेळ तसेच बसून होते. अचानक प्रतोषला बेडरूममध्ये आलेलं बघून दोघं दचकले. प्रतोषने एकदा त्यांच्याकडे बघितलं. जरासा हसला. कपाटातून शर्ट काढून घेतला आणि तो अंगावर चढवता चढवता अस्पष्टसं, ‘आत्ता येतो...’ असं म्हणत घराबाहेर पडला.

वैष्णवी अधीरतेने प्रतोषची वाट बघत होती. तिने घर जरा जास्तच जाणीवपूर्वक सजवलं होतं. पडदे सोडून ठेवले होते. फ्लॉवरपॉट्स फुलांनी बहरले होते. उदबत्तीचा मंद दरवळ पसरला होता. साधीच, पण छानशी साडी वैष्णवी नेसली होती. अगदी हलकासा मेकअप आणि आता फक्त वाट बघणं...

दारावरची बेल वाजली आणि वैष्णवी अधीरतेने उठली. दार उघडता उघडता तिच्या मनात तरीही एक विचार आलाच, ‘प्रतोष आपला नवरा असून त्याच्याकडे या घराची लॅच की नाही आणि मिहीरकडे अजूनही आहे...’

‘ये.’

‘...’

‘बस ना!’

‘हो...’

‘चहा आणू?’

‘नको.’

‘मुलं आली घरी?’

‘हो.’

‘दादा-वहिनीही?’

'हो.'

'अरे, बोल ना सर्व. नुस्तं हो हो काय म्हणतोस?'

'हं.'

'तुझं लक्ष नाहीये माझ्याकडे.'

'आहे ना.'

'मग? ही साडी आठवली? दिवाळीला घेतली होतीस तू. अजूनही जपून ठेवली मी...'

'ही साडी कशी विसरेन? एवढी साधी साडी घेतली म्हणून भांडली होतीस तेव्हा.'

'भांडले होते खरं. कारण तेव्हाच दादांनी वहिनींना पैठणी आणली होती. जाऊ दे. पण मी अजूनही...'

'दादा आलाय सुषमाला घेऊन आणि गौरीताई सागरला घेऊन आली.'

'मग? पुढे?'

'पुढे काय? वाद चालू आहेत घरात. ताई तर खूप दुखावली. सागरला पाठवणार नाही असं म्हणत्ये.'

'असं कसं? सागर...'

'तिने मोठं केलंय त्याला.'

'म्हणून काय झालं? मुलगा आपला आहे. मी आई आहे त्याची.'

'हे तुला आत्ता समजलं?'

'नाही. मला समजलेलंच होतं. नाइलाजाने मुलांना सोडून बाहेर पडले होते. रहायला घर आहे, इतकंच जगण्यासाठी पुरेसं नसतं हे तुला कधी समजलं नाही. इतर गरजा तू कधी पूर्ण करू शकला नाहीस, हा माझा दोष नाही. मुलांना सोडून, घर सोडून किती दुखावले होते, किती रडले होते, कित्येक रात्री जागून काढल्या, समाजाशी लढताना किती वेळा धडपडले, पडले माझं मला माहीत. पंधरा वर्षं लागली उभं राह्यला. आता तू कमव, नको कमवूस, पण मी आता तितकी सक्षम झाले आहे की, तुझं संपूर्ण घर आणि मुलांच्या इच्छा-अपेक्षा पूर्ण करू शकेन. लाचारीने कुणाही पुढे हात पसरायला लागणार नाहीत आता. मुलं आत्ता माझ्यावर नाराज असतील, त्यांना कदाचित मी नकोही असेन, पण पुढे एकत्र रहायला लागल्यावर, परिस्थिती समजून घेऊ शकतील इतकी मोठी झाल्यानंतर त्यांना माझी बाजू समजेल. मी त्यांना हवीशी होईन. एक बाप म्हणून तू अजूनही किती कमी पडतोयस याचा विचार मात्र तूच कर. अरे, आई सोडून गेली, पण बापानेही हात वर केले, मग आईला क्षमा नाही आणि बापाला क्षमा, हे का?'

'तुला जर आरोपच करायचे असतील तर...'

'माहीत आहे, तू पुढे असंच म्हणणार की येऊ नकोस घरी.'

'बरं झालं, तूच बोललीस. मी आत्ता इथे येताना रस्ताभर हाच विचार करत होतो. आता एकत्र रहायचं, हा विचार मला अजूनही पेलवत नाहीये, हे आत्ता घरात झालेल्या वादावादीमुळे पुन्हा प्रकर्षाने जाणवलं.'

'प्लीज असं म्हणू नकोस. मी समजावेन सगळ्यांना. सांभाळून घेईन. आपण छान राहू.'

'ते तर एकत्र रहायला लागलो की समजेल. तोपर्यंत नाही.'

'मी येऊ आता घरी? तुझ्याबरोबर? सगळेच आहेत ना तिथे तर समक्षच भेटते ना!'

'नको. त्यांना आधी कल्पना द्यायला हवी.'

'बरं, निदान मला सुषमा, सागरला भेटू देत.'

'हे शक्य आहे.'

'कधी? उद्या?'

'मी फोन करेन.'

'चालेल.'

'मी निघतो.'

'पुन्हा तेच. आपण निघू या, असं का नाही म्हणत तू?'

'तू कुठे जाणार आहेस?'

'मी येते ना खालपर्यंत.'

'चल.'

वैष्णवीने प्रतोषला तो निघताना पुन्हा एकदा आठवण दिली. उद्या मुलांबरोबर भेटू या, असं अगदी आशेने म्हणाली. प्रतोषने नुसतीच मान हलवली आणि तो गेला. एकदाही मागे वळून न बघता.

एका आशेने वैष्णवी भारावली. लॅच कीने दार उघडून ती घरात आली. तेव्हा तिला वाटलं की, आता फारच कमी दिवस राह्यलेत या घरात रहाण्याचे. तिने घरावरून नजर फिरवली. या घराने आसरा दिला म्हणून तिने मनातल्या मनात घराचे आभार मानले.

आसरा किती अत्यावश्यक गोष्ट आहे, याची तिला प्रकर्षाने जाणीव झाली. तिला आपले आधीचे दिवस आठवायला लागले.

'आई, मी घर सोडून आले.'

‘हे तू आज सांगतीयेस? चार दिवसांनंतर?’

‘सांगणार होते आधीच, पण...’

‘आम्हाला वाटलं तू माहेरपणासाठी आलीस. आश्चर्य वाटत होतं की, सागरला सोडून कशी आलीस म्हणून...’

‘मी...’

‘चार दिवसांपूर्वी आलीस, तुझा अवतार बघितला म्हणून गप्प राहिले. एक संपूर्ण दिवस गेला. तू काही बोलत नाहीस, तुला छाती शेकताना बघितलं, दुधाचा दगड झाला असणार... न रहावून तुझ्या बाबांना प्रतोषला फोन करायला लावला. आम्हाला त्याच दिवशी समजलंय, तू घर सोडून आल्याचं.’

‘मग मला बोलली का नाहीस?’

‘तू आपणहून कधी सांगत्ये, याची वाट बघत होते.’

‘बरं झालं, तुम्हाला आधीच समजलं ते.’

‘काय समजायचं? नुस्तं घर सोडून गेलीस म्हणून म्हणाला प्रतोष! का गेली? काय झालं? काऽऽही बोलला नाही.’

‘तो कसं ते सांगेल?’

‘तू सांग.’

‘सांगत्ये ना! त्याने मला मारलं. का? तर मी त्याला पैसे दिले नाहीत म्हणून.’

‘पैसे?’

‘हो. तो तर मला काहीच पैसे देत नव्हता. सागरच्या औषधांना, सुषमाच्या गरजा, माझ्या गरजा... त्याचे आई-बाबा, त्या दिवशी पुन्हा एकदा म्हणाले, ‘प्रतोषकडून या महिन्याचे पैसे आले नाहीत वैष्णवी! मग आता खर्च कसा भागणार? अजून वाणसामान भरलं नाही. खा आता खिचडीच सगळे जण!’

‘असं?’

‘इतकंच नुसतं बोलून थांबले नाहीत. चार दिवस सकाळ-संध्याकाळ मी आणि सुषमा फक्त खिचडीच खात होतो. हा बाहेरच खाऊन आणि पिऊनही यायचा. त्या दिवशी तो घरात नसताना त्याचा कुठलासा चेक आला. मग मी सरळ बाहेर पडले. शंभर रुपये भरून बँकेत अकाऊंट उघडलं दोघांच्या नावाचं. शमीनेच उघडून दिलं. प्रतोषची सही नंतर घे म्हणाली. चेक टाकला. दोन दिवसांनी बँकेतून पैसे मिळाले. तेच पैसे घरात दिले. तेव्हा प्रथम पोळी-भाजी खाल्ली. प्रतोषला समजलं हे सर्व. म्हणजे समजणार होतंच... मग खूप भांडला. सासूने मला लबाड ठरवलं. सासरे तर चोर म्हणायलाही कमी पडले नाहीत. प्रतोषने मारलं. त्यातच त्याचं ज्या बाईशी... जाऊ दे! सोडलं घर मी. घर.

प्रतोष आणि मुलं... सांभाळू देत त्याला किंवा कुणालाही...'

'आधी का नाही सांगितलंस?'

'माझं मन थाऱ्यावर नाहीये आई. घर सोडलं आणि शमीकडे गेले. चुकलंच. तिचं नवीन लग्न झालेलं. तिच्या घरातली माणसं... रात्र काढली कशी तरी. आणि मग आले इथे. सगळे मलाच दोष देणार हे मी गृहीत धरायला हवं.'

'दोष देणार ते एकाच कारणाने. मुलांना सोडून आलीस म्हणून...'

'अगं, मी कुठे रहायचं, हा प्रश्न भेडसावतोय मला. माझाच ठिकाणा नाही आणि त्यांना कुठे नेऊ? त्यांना निदान घर आहे. वडील, आजी-आजोबा आहेत.'

'सगळीच घाई कशी गं तुला? तुझ्या वयाच्या मुली शिकतात, नोकऱ्या करतात... मला नाही शिक्षण मिळालं, पण तुला तर मिळत होतं. ते सोडून...'

'आता भूतकाळ का उगाळत बसणार आहेस?'

'गप्पच बसते मग! आजूबाजूचे बोलायला लागलेत, चर्चा होते तुझी.'

'मला जगाशी काय करायचंय?'

'पण आम्हाला करायचंय. अजून तिघांची लग्न व्हायचीत. उद्या बाबूचं लग्न जमेल तेव्हा तुझ्याबद्दल विचारणा होणार नाही? फक्त स्वत:चाच विचार करणं म्हणजे...'

'आई पुरे. मी काही कायमची नाही आली.'

'हो? जाणारेस परत घरी? कुठल्या तोंडाने? आणि ते तरी का घेतील तुला घरात?'

'तिथे जाणार आहे, हे कुणी सांगितलं तुला?'

'मग?'

'मी नोकरी करणार आहे. घर घेईन मी.'

'घर म्हणजे मिरच्या की कोथिंबीर?'

'आई ऽऽ!'

'आवाज खाली ठेव हो... ही चाळ आहे. इथे उं केलंस तर प्रत्येक आजूबाजूच्या खोल्यांमधून आऽऽ उमटेल. मानाने राहिलोत इथे इतकी वर्षं! या घराबद्दल एक वाकडा आवाज मी नाही हो ऐकून घ्यायची आणि तू ऐकायला लावूही नकोस.'

'म्हणजे मी इथून गेलेलंच बरं!'

'स्वत:च्या आयुष्याचा बोजवारा करून घेतला आहेस. आई म्हणून तुटतं पोटात! पण मला इतरांचंही पहायला हवं. तिघं आहेत तुझ्या मागचे. त्यांचे आयुष्यही बघायला हवं!'

'मी जाईन लवकरच.'

'कुठेही रहा, पण सुखात अस म्हणजे मिळवली.'

'आणि खरंच आपण लवकरच घरातून बाहेर पडलो. आई डोळ्यांना पदर लावूनच होती. बाबा तटस्थ होते. बाबू, मधला, छोट्या, काय होते त्यांच्या चेहऱ्यावरचे भाव? नीट पाहिलंच नाही आपण. चारकोपला अगदी आतल्या भागात वन रूम किचन भाड्याने घेतलं होतं. अगदी कमी भाड्याचं. भाडं तसं कमी होतं, तशाच सर्व सोयीही कमीच होत्या. फक्त पहाटे एक तास नळाला येणारं पाणी, पोपडे पडलेल्या भिंती, मळकट, अर्धवट उघडणारी एकच खिडकी. बाबा आदम जमान्यातला मोठा आवाज करत फक्त स्वत:ला वारं लागेल इतकाच फास्ट फिरणारा पंखा आणि एक लोखंडी कॉट.

तब्बल दीड वर्ष काढलं त्या खोलीत. कसे राहिलो? या खोलीपेक्षा बाबांचं घर– बाबांचं? हो. आपलं नाही ते घर आता– कितीतरी चांगलं होतं. पण त्यावेळेला त्या घराची लाज वाटायची. मित्र-मैत्रिणींना घरी बोलावण्याची इच्छाच झाली नाही कधी. प्रतोषच्या घरी यावं सगळ्यांनी असं वाटायचं तर तिथे मलाच स्थान नव्हतं. घर आणि आपलं महत्त्व दोन्ही मिळणं, मनासारखं, हे किती आवश्यक आहे, असं तेव्हा सतत वाटायचं. आणि आता? उत्तम घर आहे, आपणच आपले मालक आहोत, तरीही गुलामगिरी हवी आहे. का?

'का? आपलं स्वातंत्र्य आपण गमावणार आहोत. का? केवळ वैष्णवीसाठी? नाही. आपल्यालाही या सडाफटिंग आयुष्याचा कंटाळा येत चाललाय. खरंच का? नीट विचार कर प्रतोष.' 'करतोच आहे.' 'इतक्याच कारणास्तव वैष्णवीने यायला हवे?' 'हो मग?' 'अजून काय कारण असणार?' 'सांगू?' 'सांग.' 'वैष्णवीकडे पैसा आहे.' 'हट, यासाठी ती मला यायला हवी असं?' 'मग कसं काय काम करतोस तू? कसलं डिलींग करतोस? कुठली तरी जमीन, कुणाला तरी विकतोस, मधलं कमिशन तुझं.' 'मग?' 'किती डिल्स होतात अशी? अरे, पाच-सहा झाली तरी काळजी नाही. कमिशन किती मिळतं माहितेय ना? पण प्रत्येक वेळेस तितकंच मिळतं असं नाही. शिवाय, रोज उठून कुणी हे असे व्यवहार करतही नाहीत. मग त्या रिकाम्या दिवसांना ग्लासामध्ये भरतोस आणि जे काही कमिशन मिळालेलं असतं ते पोटात ओततोस.'

'कुणाकडे पैसे तर मागत नाही ना?' 'पण कमी पडतातच ना! ती कसर वैष्णवी भरून काढेल म्हणून ती यायला हवी आहे. बोल, निदान स्वत:शी तरी खरं बोल...'

अशाच विचारांच्या गर्तेत प्रतोष रस्ता तुडवत होता. खालपर्यंत पोहोचवायला आलेली वैष्णवी तोऱ्यात तिच्या नवीनच घेतलेल्या स्विफ्टला टेकून उभी राहिली होती. तिची गाडी आणि आपण मात्र पायीच परत फिरलो, हे कुठेतरी प्रतोषला दुखावत होतं. रिक्षा किंवा टॅक्सी करता आली असती किंवा वैष्णवीने तिच्या गाडीतून घरापर्यंत सोडलंही असतं. पण, प्रतोष रस्ता तुडवत होता. ही गाडी आपल्या मालकीचीही होणार हा विचारही मनात घोळत होताच. 'आपण घरी पोहोचेपर्यंत सर्व शांत झालं असेल तर बरं. दादा आलाय त्यामुळे आज रात्री बाहेर जाता येणार नाही. शिवाय मुलांना उद्या भेटायला वैष्णवीकडे घेऊन जायचंय हेही बोलायला हवंच. गौरीताई करेल जरा तमाशा, पण जयुभाऊ घेतील सांभाळून!'

कॉरीडॉरपर्यंत घरातल्यांचे आवाज येत होते. त्या सर्व आधीच्या आवाजात अजून एका आवाजाची भर पडली होती. जयुभाऊंच्या आवाजाची...

'हा आलाच.'

'काय झालं? काय म्हणाली वैष्णवी?'

'अगं, त्याला जरा बसू दे.'

जयुभाऊंनीच असं म्हटल्यावर गौरी गप्प बसली. एक दडपण आणणारी शांतता..

'उद्या सुषमा- सागरला घेऊन जाईन तिच्या घरी.'

'कशाला? तिला इथे येता आलं नाही? आज, आत्ता आली असती तर? ही काय आई आहे? पोरगा इथेच असतो, तर ठीक आहे. पण पोरगी नागपूरहून आली, तर कधी एकदा तिला भेटेन असं झालं नाही तिला?'

'अगं, ऐक तरी, ती येत होती. मीच नको म्हणालो.'

'का?'

'उगीचच वाद होतील...'

'मी काय भांडकुदळ आहे? की दादा भांडणार आहे?'

'तसं नाही गं, पण वाटलं की तिला आणि मुलांना एकांतात भेटू देत अगोदर.'

'आई, चल ना घरी... मला झोप येत्ये...'

'हो. निघूया. तू थांब जरा आतच. मी बोलवते तुला.'

'नाही. आत्ताच चल.'

'सागर, आईने सांगितलंय ना, जा आत.'

'श्यॅः जातो.'

'बघितलंस? रहाणार आहे हा इथे? शक्यच नाही. मी निघाले, जयंता ऽऽ'

'थांब. बस शांत. प्रतोष, सागर इथे रूळणं कठीण दिसतंय.'

'तसं तर सुषमालाही यायचं नव्हतंच.'

'तेच तर म्हणत्ये मी.'

'सर्व खरं. पण वैष्णवी, तिला चूक समजली तिची तर आपण क्षमा करायला हवी.'

'प्रतोष, हे तुझ्यासाठी शक्य आहे ना... म्हणजे क्षमा करणं वगैरे... तर कर की! आण तिला. आमचं काही म्हणणं नाही. तुम्ही नवरा-बायको मिळून वाट्टेल तो गोंधळ घाला. पण मुलांचे हाल का करता? तुम्ही रहा एकत्र. आम्हाला आनंदच आहे. सागर मात्र तिथेच राहील, हे नक्की.'

'गौरी, हे सागरला ठरवू देत की, त्याला कुठे रहायचंय ते.'

'जयू, हे तू बोलतोयस? त्या मुलाला कसं समजणार चांगलं-वाईट, भलं-बुरं! कुठे राहिल्याने त्याचं हित असणार आहे, हे समजण्याचं त्याचं वय तरी आहे का?'

'मी जे सांगतोय तेच योग्य आहे. आपल्याला, आपल्या स्वार्थासाठी एका मुलाला त्याच्या आई-वडिलांपासून दूर करायचं नाहीये.'

'कोण दूर करतंय? कुणापासून? त्याचे आई-वडील कोण? तू-मी की वैष्णवी-प्रतोष? तो आई म्हणून हाक कुणाला मारतो? बाबा म्हणत कुणाच्या गळ्यात हात टाकतो? रडतो, हसतो, खेळतो, चिडतो, हट्ट करतो ते कुणापाशी? आणि कायदा मला शिकवायचा नाही.'

'तरीही, भेटू दे त्याला वैष्णवीला. आज राहू दे त्याला इथेच. सुषमासाठी तो इथे असेल तर बरं होईल.'

'इथे राहू दे?'

'गौरी, जयुभाऊ सांगतायत ते बरोबर आहे.'

'मलाही तसंच वाटतंय.'

'आई, दादा, तुम्हीही असंच म्हणताय?'

'गौरी, जरा समजून घे. शांत हो. सावकाशीने विचार कर.'

'आई ऽऽ किती वेळ? मला झोप येत्ये.'

'सागर, तू झोप. मग उठवतो तुला घरी जाताना.'

'बरं.'

'जयू, तू त्याला फसवतो आहेस.'

'निदान आत्ता तरी. आणि कुणी सांगावं? सागर इथे आपणहूनच रहाणार नाही...'

'आणि इथे रहायला आला तर?'

'तर असं समजायचं गौरी, त्याचा आणि आपला इतकाच सहवास होता...'
'जयू...'
'हो. जा बघून ये. तो खरंच झोपलाय का?'

गौरी आत गेली. जयुभाऊ, पुष्पाबाई, दादा आणि प्रतोष शांत बसून राहिले. काय बोलावं हे कुणालाच समजत नव्हतं. आवाज येत होता तो शेजारी लागलेल्या टी.व्ही.चा. 'अवघाची हा संसार'चं टायटल साँग जोरजोराने केकाटत होतं.

पुष्पाबाईंना वाटलं, खरंच, हा संसार! इतकुसा, एवढासा! अनादि-अनंत काळापासून सुरू झालेला संसार. या संसारात अगणित लहान लहान संसार! जास्तीत जास्त साठ-सत्तर वर्षं चालणारे. या संपूर्ण संसाराची, चराचराची समजा एक मोठ्ठी रेषा आखली आणि मग ही रेषा म्हणजे काळाची रेषा! या रेषेला प्रत्येकाच्या संसाराची एक रेषा, इवलीशी, तुटक तुटक! खरं तर रेषा आखताच येणार नाही. एखादं टिंबच द्यावं लागेल. मग या टिंबात प्रवेश करायचा. त्या आधी हे टिंब दिसावं म्हणून मॅग्निफाइंग ग्लास धरायची. मग ते टिंब मोठं होणार. त्यात शिरायचं. एक स्वतःचा संसार! त्यासाठी मग घर, कपडा, लत्ता, अन्नधान्य, विवाह, मुलं. मग मुलांची लग्नं. म्हणजे अजून दोन टिंबं तयार करायची. त्यात जा-ये करायची. त्या टिंबाला स्वतंत्र आयुष्य द्यायचं नाही आणि आपलं टिंब सोडायचं नाही. ते सुटतं, जेव्हा नवरा-बायकोमधला एक कुणी कायमचा हा संसार सोडून जातो. मग मागे उरलेल्याचं टिंब नाहीसं होतं, तरी ते अदृश्य टिंब धरून ठेवण्याची धडपड चालूच रहाते. जी आत्ता मी करते. गौरी, प्रतोष, सगळेच...

'झोपलाय.'
'निघू या तर!'
'निघायचं?'
'हो. प्रतोष, आई, दादा आम्ही निघतो.'
'प्रतोष, उद्या केव्हा येऊ सागरला न्यायला?'
'गौरीताई, मी येईन त्याला पोहोचवायला.'
'उद्या त्याची शाळा बुडणार आहे. पण परवा नाही चालणार बुडून... परीक्षा जवळ आल्या आहेत.'
'हो. येतो मी त्याला घेऊन.'
'जाते गं ऽऽ'

एक टिंब गेलं. आता? आता आपल्या या टिंबात कुणीतरी शिरकाव करणार आणि मनमानीही! पुष्पाबाई तयारी करा मनाची!

* * *

'तू गप्प गप्प का?'

'काय बोलू? बोलण्यासारखं काय आहे आता?'

'आपण आहोत ना... दोघंच आहोत... तर...'

'घर कसं भकास, रिकामं रिकामं वाटतंय.'

'हो. पण, सवय करून घ्यायला हवी आता...'

'म्हणजे खरंच सागर तिथे राहील?'

'कुणास ठाऊक?'

'इतक्या वर्षांचं आपलं प्रेम, तो विसरेल?'

'विसरेल असं नाही, पण म्हणतात ना रक्त रक्ताकडे धावतं... तसंच काहीसं...'

'त्याची ही खोली, पुस्तकं, कपडे, पसरलेला पलंग, खेळणी... हे सर्व ओकंबोकं होणार.'

'चल, इथनं उठ बघू. आपल्या खोलीत चल.'

'नको. आजची रात्र इथेच झोपते. त्याच्या या पसाऱ्यात. पुढे या वस्तूही पारख्या होतील. तू रडतोयस जयू?'

'नाही गं, असेच जरासे डोळे पाणावले.'

'आपल्याला आपलं एक तरी मूल हवं होतं, नाही?'

'हं!'

'किंवा खरंच, एखादं आश्रमातून आणायला हवं होतं. म्हणजे नंतर त्या मुलावर कुणी हक्क गाजवणारं असं आलं नसतं अचानक.'

'खरं आहे. त्या मुलाला माझं नाव दिलं असतं. सागर कधीच 'सागर जयंत सालकर' झाला नाही.'

'चुकलंच आपलं.'

'नको दोष देऊस स्वत:ला, मला. काहीही चुकलेलं नाही. उलट आपल्याच नात्यातल्या एका जिवाचा सांभाळ केला. आता निरपेक्ष वृत्ती बाळगायला हवी.'

'इतकं सोपं आहे? माझं तर संपूर्ण आयुष्य त्याच्याच भोवती फिरत राहिलं. तू निदान तुझ्या कामात व्यस्त तरी होशील. पण मी काय करू? रिंगणच तुटलं तर जगू कशी? जगण्यासाठी उद्दिष्ट हवं ना?'

'तयार करू ना आपण! अनेक अनाथ मुलं आहेत. त्यांना माया देऊ.'

'तरी सागर...'

जयू-गौरी एकमेकांना सांभाळत राहिले. आधार देत राहिले. त्याच त्या खोट्या शब्दांचा आधार शोधत राहिले. रिक्त होऊन. भूक-तहान विसरून. सागरच्या निर्जीव वस्तूंवर हात फिरवत राहिले. त्यात त्याचा स्पर्श शोधत राहिले. कितीतरी वेळ.

* * *

वैष्णवीला काय करावं कळेना! आनंदाने नाचावं? गावं? उड्या माराव्यात की, मस्त सुसाट गाडीतून भटकून यावं? तिने चाव्या घेतल्या. पर्स खांद्यावर अडकवली. गाडी स्टार्ट करून सफाईदार वळण घेऊन ती गेटबाहेर पडली. 'सुसाट गाडी पळवणं तर शक्यच नाही या मुंबईत. पण...' वैष्णवी लिंकिंग रोडवर पोहोचली. 'मुलांसाठी काही घ्यावं' असं म्हणत तिने गाडी पार्क केली. शॉपर्स स्टॉपमध्ये नवीन रेंज आली होती कपड्यांची. ती तिथे वळली. भारीतली भारी खरेदी केली. बिल पे करून परतीच्या वाटेवर ती शमीकडे गेली.

शमीच्या सासूने तिचं स्वागत केलं. वैष्णवीला मनात हसू आलं. हे स्वागत का होतंय हे ती जाणून होती. दोन-तीन वर्षांपूर्वीची गोष्ट! ती सहजच शमीकडे आली होती. विहंग ऑफिसच्या कामासाठी मुंबईबाहेर गेला होता. शमीला बँकेतून परतायला थोडा वेळ लागणार होता. शमीच्या घरात तिचे सासू-सासरे दोघंच होते. वैष्णवी शमीची वाट बघत तिथेच थांबली आणि अगदी अचानक शमीच्या सासऱ्यांना दरदरून घाम फुटला. चेहरा वेडावाकडा झाला. शमीची सासू किंचाळलीच. आतल्या खोलीत वैष्णवी काहीतरी वाचत बसली होती, ती धावली. घाबरलेली सासू आणि वेडेवाकडे सोफ्यावर कलंडलेले सासरे. वैष्णवीने धावपळ केली. ॲम्ब्युलन्स मागवली. ती येईपर्यंत सासऱ्यांचे हात, पाय, छाती चोळत राहिली. त्यांना ॲडमिट केलं आणि ते वाचले. त्या दिवसापासून वैष्णवी शमीच्या सासू-सासऱ्यांची आवडती झाली. तिला त्या घराचं दार कायमसाठी उघडलं गेलं. वैष्णवीला एकच गोष्ट खटकायची. विहंग मात्र तिच्याशी तसा अजूनही तडकफडकच वागायचा.

'बस गं, चहा आणते तुझ्यासाठी.'

'नको. मी आत्ताच पाणी-पुरी खाऊन आले. शमी आहे ना?'

'हो. वॉश घेत्ये. बस. जेवणार आहेस का?'

'अं ऽऽ'

'जेव इथेच.'

'बरं.'

टी.व्ही.वर कुठलीशी सीरियल चालू. वैष्णवी बघत बसली. दोन शॉट्समध्ये कथानक समजलं. नेहमीचंच– नवरा-बायको आणि प्रेयसी. 'ह्यांना दुसरे विषय मिळत नाहीत का?'

'तू आत्ता कशी?'

'तुझ्याशी बोलायचंय.'

'आत ये. आईंना ही सीरियल फार आवडते. त्यांना आपला व्यत्यय नको.'

'विहंग?'

'तो येईलच इतक्यात.'

'आणि परी कुठाय?'

'बाप-लेक एकत्र गेलेत फिरायला. बाईसाहेबांना आइस्क्रीम खायचं होतं.'

'मी परीसाठी फ्रॉक घेतलाय. हा बघ, आवडला?'

'अगं कशाला? किती आणतेस तिच्यासाठी! नुसती लाडावलीय.'

'असू देत. आणि मी सुषमा-सागरसाठीसुद्धा बरीच खरेदी केली.'

'सुषमा? इथे आली?'

'हो. उद्या प्रतोष त्यांना मला भेटायला घेऊन येणार आहे.'

'तरीच इतकी खूश दिसत्येस.'

'हो. मी आज खूप आनंदात आहे. खूप. उद्याची वाट बघत्ये. मस्त जेवण बनवणार आहे. त्या दोघांनाही आवडेल असं काहीतरी. त्यांच्या सगळ्या तक्रारी हळूहळू दूर व्हायला हव्यात, असं काहीतरी... घडेल ना? तसं होईल ना?'

'हो. नक्की होईल. तुला तुझं कुटुंब मिळेल. घर मिळेल. आनंदाने रहा. खूप कष्ट घेतलेस. खूप काही सहन केलंस. आता, आता छान जग. तुझ्यातल्या क्वालिटीज् कुणालाही कळल्या नाहीत, पण आता कळतील.'

'हो ना? मी फक्त स्वार्थ बघत नाहीये ना गं?'

'नाही गं. मी समजू शकते. या वयातल्या स्त्रीच्या मनोदशा मला जाणवतात. समजतात. पण एक गोष्ट मात्र कटाक्षाने लक्षात ठेव. काहीही झालं तरी आता घर सोडायचं नाही. मुलांना तुझी सवय होण्यासाठी वेळ द्यायचा. दोघंही भिन्न संस्कारात वाढलेली आहेत. त्यांना वेळ लागेल.'

'हो. माहीत आहे. देईन ना वेळ. मलाही जरा वेळ लागेलच ना त्या घरात रुळण्यासाठी!'

'हो. आणि मुलांच्या बरोबरीने प्रतोषलाही वेळ द्यायला हवा.'

'हो.'

'चेहरा का बदलला तुझा?'

'काही नाही गं. छान आहे की!'

'मावशी ऽऽ!'

'आलं का माझं बछडं आइस्क्रीम खाऊन...'

'हो ऽऽ मस्त!'

'परी, हा तुझ्यासाठी फ्रॉक!'

'वाव! मावशी, यू आर ग्रेट, स्वीट, थँक्यू!'

'घालून दाखवणार का?'

'आई, घालू?'

'तिला काय विचारत्येस? ये, मीच घालून देते. वा! परी, परीसारखी दिसत्ये.'

'थँक्यू!'

'आजी-आजोबांना दाखव.'

'आणि बाबांना?'

'हो, त्यांनाही. जरा मोठा होतोय ना तिला?'

'वाढतं वय आहे. अजून तीन-चार महिन्यांनी बघ. अगदी मापाचा होईल.'

'शमी, मी सागर-सुषमासाठीसुद्धा कपडे घेतलेत. अंदाजाने. होतील का त्यांना?'

'अगं नाही झाले तर बदलून आण.'

'हो. मग त्यांना बरोबरच घेऊन जाईन. मग प्रश्नच रहाणार नाही.'

'कसला प्रश्न?'

'विहंग, उद्या सागर-सुषमा भेटणार आहेत आणि वैशालीलाही भेटणार आहेत?'

'अरे वा! अभिनंदन!'

'थँक्यू!'

'चला जेवायला.'

मन आणि पोट दोन्ही भरलेलं होतं. वैष्णवी अगदी तृप्त होती. परतीच्या वाटेवर रस्ता मोकळा असूनही तिला आता गाडी सुसाट पळवावीशी वाटत नव्हती. शांत, रोनू मुझुमदारांचा ललत ऐकत ऐकत ती प्रवास करत होती. त्या बासरीच्या कोमल स्वरांनी मन हलकं होत होतं आणि एक हुरहुरही निर्माण होत होती. शांत आणि अधीर, दोन्ही भावना एकाच वेळी ती अनुभवत होती. हा रस्ता कधी संपूच नये आणि सीडी अखंड वाजतच रहावी. पार अंतापर्यंत. रात्र संपू नये आणि उद्याचा दिवसही उगवू नये. आत्ता आहे हीच भावना अखंड

रहावी, अंतापर्यंत!

वैष्णवीने घर पुन्हा एकदा नीटनेटकं केलं. सकाळपासून ती त्याच उद्योगात होती. ऑफिसमध्ये फोन करून ती येत नसल्याचं तिने सांगून टाकलं होतं. छानशी साडी नेसून ती तयार झाली होती. 'आपण दोन मुलांच्या आई आहोत, पण आरशातलं आपलं प्रतिबिंब तसं दर्शवत नाहीये.' ती स्वत:शीच हसली. आरशापासून दूर झाली. तेवढ्यात बेल वाजली. अधीरतेने तिने दार उघडलं. सुषमा, सागर, प्रतोष! ही सुषमा? आपली मुलगी? किती मोठी दिसत्ये! आणि सागरही, स्मार्ट!

'आत या ना!'

'बसा. मी पाणी आणते.'

वैष्णवी स्वैंपाकघरात गेली आणि अडखळली. तिला समजेना आपल्याला असं का होतंय? काय काय बोलायचं, कसं बोलायचं हे तिने मनोमन ठरवलं होतं. घोकलंही होतं. पण आत्ता सगळे शब्द हरवले होते. 'आपल्याच मुलांना भेटताना आपण का अडखळतोय? काय विचार करत असतील दोघं?

'पाणी. आवडलं घर?'

'   '

'गप्प का? बोला ना!'

'   '

'प्रतोष, चहा करू?'

'चालेल.'

'तुम्ही काय घेणार? चहा की कॉफी?'

'मी चहा नाही पीत. बोर्नव्हिटा पितो.'

'मी पण!'

'बरं.'

बोर्नव्हिटा? तो कुठून आणू आता? छे! चुकलंच. मी बोर्नव्हिटा आणून ठेवायला हवा होता. कसं सुचलं नाही? मुलांच्या आवडीनिवडी माहिती करून घ्यायला हव्यात.

'प्रतोष, मी चहा ठेवलाय. आत्ता येते.'

वैष्णवी खाली उतरली. बिल्डिंगमध्येच बाहेरच्या बाजूने असलेल्या किराणा दुकानातून तिने बोर्नव्हिटा घेतला.

'बोर्नव्हिटा! आत्ता आणते हं करून.'

एवढ्या धावपळीनेही तिला दम लागला.

'साखर नाहीये दुधात. मी नाही असा बोर्नव्हिटा पीत. आई साखरही घालते.'

'एवढी साखर चांगली नाही. बोर्नव्हिटात असतेच...'

'मला नको.'

'बरं, घालत्ये ना साखर. घे. आता ठीक?'

'हो.'

'अं, सागर, सुषमा, बाबांनी तुम्हाला सांगितलं असेलच. आपण आता एकत्र रहाणार आहोत...'

'कुठे? इथे?'

'नाही. आपल्या घरात.'

'हो. दादाकाका सांगत होते.'

'तुम्हाला आवडेल ना?'

'मला तर आवडो नावडो रहावंच लागेल. दादाकाका मला इथे सोडायलाच आले आहेत.'

'मी आईकडेच रहाणार.'

'मी आहे ना आई..'

'तू ममी आहेस. आई तर...'

'बरं. हरकत नाही. प्रतोष, तू काहीच बोलत नाहीयेस?'

'मी काय बोलू? तुला मुलांना भेटायचं होतं, बोलायचं होतं, चालू देत तुमचं. मी जरा जाऊन येतो.'

'इथेही तू सिगारेट ओढू शकतोस. हा बघ, तुझ्यासाठी ॲश ट्रे आणलाय कालच. आणि सागर, सुषमा तुमच्यासाठी... चला आत, दाखवते.'

सागर-सुषमा वैष्णवीचं घर बघून हरखून गेले होते. उंची कपडे, फ्लॅट टी. व्ही., होम थिएटर, सोफा, सगळंच दिमाखदार! बेडरूममधला, सिनेमात दाखवतात तसा, राऊंड बेड. कपडे, खेळणी बघून सागर हरकला. बॅडमिंटनची रॅकेट, मेक अप किट, कपडे बघून सुषमाचा चेहरा फुलला.

'आवडलं सगळं?'

'हो ऽऽ'

'कपडे घालून बघणार? मी अंदाजानेच घेतलेत.'

'बघतो.'

'मी आहे बाहेर. सागर, तू त्या बेडरूममध्ये चेंज कर.'

समाधानाने वैष्णवी बाहेर आली. प्रतोषची सिगारेट संपत आली होती.

'आपण बाहेर जाऊ या? हॉटेलमध्ये जेवू या.'

‘ठीक आहे.’

‘घरात सर्व ठीक आहे ना? आई, दादा, गौरी...’

‘हो.’

‘आणि तू?’

‘मला काय झालंय? मी उत्तम आहे.’

‘सागर-सुषमा काय म्हणत होती इथे येताना?’

‘खास काही नाही. त्यांना आपल्या दोघांचीही सवय नाही. पण होईल हळूहळू.’

‘अय्या, हे काय?’

‘कित्ती लहान आहे हा शर्ट...’

‘माझा ड्रेसही. मला नीट होत नाहीये.’

‘ठीक. चला, आपण कपडे बदलून आणू.’

‘आत्ता जायचं?’

‘हो.’

‘खरंच?’

‘हो, चला.’

‘ममी, ही तुझी गाडी?’

‘आपली गाडी बेटा.’

‘मी पुढे बसणार.’

‘चालेल.’

‘ताई, येताना तू पुढे बस.’

वैष्णवी आनंदात होती. प्रतोषही आनंदात दिसत होता. कपडे तर बदलून घेतलेच, शिवाय अजूनही खरेदी झाली. वरळी सी लिंकवरून फेरफटका झाला. कोर्ट यार्ड हॉटेलात मस्त जेवण झालं. मुलांना आणि प्रतोषला सोडायला वैष्णवी घरापर्यंत गेली. तिने अगदी सहज विचारलं.

‘येता घरी? तिथेच रहा आज. मी उद्याही सुट्टी घेईन. मस्त फिरू मग आपण!’

‘नको. तू तुझं सामान आवरायला सुरुवात कर. उद्या सागरला गौरीताईकडे पोचवायचंय. त्याची शाळा आहे.’

‘मी नाही शाळेत जाणार...’

‘सागरऽऽ! सुषमा तुझ्या मदतीला येईल. मी सोडेन तिला.’

'मी येईन तिला घ्यायला. आत्ता वर येऊ? दादा-आईंना भेटायला?'

'हो. चल ममी, चल.'

'अरे पण, हे सामान तर घ्या सर्व!'

दादा, आई सर्वांची वाट बघतच होते. पण वैष्णवीही येईल याची त्यांना कल्पना नव्हती. सागर अगदी उत्साहाने सर्व वस्तू पुष्पाबाईंना दाखवत होता. सुषमा शांत बसली होती. तिच्याजवळही एक भलीमोठी शॉपर्स स्टॉपची बॅग होती.

'अरे वा! छान! सुषमा, तूही दाखव ना...'

सुषमाने संपूर्ण बॅगच पुष्पाबाईंकडे दिली. सर्व कपडे, वस्तू बघता बघता पुष्पाबाई म्हणाल्या, 'आणि आजीसाठी, काकासाठी काय आणलं?'

वैष्णवीला एकदम चुकल्यासारखं झालं. सारवासारव करत ती म्हणाली, 'त्यांच्यासाठी शॉपिंग उद्या करायचं, हो ना सुषमा?'

'हो.'

'जा, हे सर्व आत ठेवा.'

दोघं आत गेली.

'कधी येणार आहेस इथे.'

'एक आठवडा तरी लागेल सर्व आवराआवर करायला. तुमची काही हरकत नाही ना?'

'मी कोण हरकत घेणारी?'

'तुम्ही, या घराच्या मालकीण, प्रतोषच्या आई, माझ्या...'

'जाताना विचारलं नव्हतंस, आता येताना का विचारत्येस?'

'आई, झालं गेलं गंगेला मिळालं. वैष्णवी, मी या घरातला मोठा मुलगा म्हणून दोन शब्द बोलणार आहे. तुला सर्व काही माहिती असलेलंच पुन्हा सांगणार आहे. प्रतोष कसा आहे, हे तुला माहीत आहे. त्याची व्यसनं तुझ्यापासून लपलेली नाहीत आणि आजही त्याची मिळकत, तू जेव्हा घर सोडून गेली होतीस, त्याच पद्धतीत आहे. तो जरी माझा भाऊ असला तरी त्याचे दुर्गुण, त्यावर मी पांघरूण घालणार नाही. हां, आता त्याचं काही इतर, म्हणजे प्रेमसंबंध वगैरे आहेत की नाहीत, हे मला माहीत नाही. पण वयं वाढलीत, मुलं मोठी झाली आहेत, हे भान त्याने ठेवायला हवं. आणि तू सुद्धा! त्यांच्याशी कसं बोलायचं, आणि ह्याहूनही जास्त महत्त्वाचं की, त्यांच्यासमोर तुम्ही दोघांनी कसं वागायचं हे. मी आणि जान्हवीने सुषमाला आमच्या नलूप्रमाणेच वाढवलंय. संस्कार, शिस्त, प्रेम दिलं आहे. तिची इथे यायची अजिबातच इच्छा नव्हती,

हे तुलाही समजलं असेलच.'

'मला?'

'अर्थातच! तू बघितलं नाहीस? तू इतक्या वस्तू तिला भेट म्हणून दिल्यास. अगदी महागातल्या. अशा वस्तू, असे कपडे मी तिला कधीच देऊ शकलो नाही. या किमती वस्तू अशा अचानक मिळाल्या तरी तिचा चेहरा बघितलास? तो खुलला का? ती मनमोकळं हसली गेल्या पाच-सात तासांत? तिचं हसणं हरवलंय. आज नाही तर नागपूरला जेव्हा ठरलं की तिला इथे आणायचं, कायमचं, तेव्हापासूनच! वस्तूंनी आनंदी होण्याचं वय सरलंय तिचं. तिची काळजी घे.'

'आणि सागर?'

'तो तर लहान आहे तसा. त्यातून गौरीने त्याला फार लाडावून ठेवलंय. हट्ट किती करावा, हे त्याला समजत नाही. अर्थात, मी गौरीला दोष देत नाही. स्वतःचं मूल नसेल तर ती माया, ही अशी दुसऱ्यांच्या पोरांवर उधळली जाते. सागर काल इथे रहायला तयार नव्हता आणि आज तो इथून जायला तयार होणार नाही, पण सुषमा हसत हसत नागपूरला येईल. हा फरक आहे दोहोंमध्ये! याचं कारण सांगू? त्या मुलाला या वस्तूंचं आकर्षण वाटतंय आणि सुषमाला माणसांचं आकर्षण आहे.'

'मी समजू शकते दादा आणि मी संपूर्ण काळजी घेईन.'

'उत्तम!'

'मी निघते आता. आई येते मी.'

'ये.'

वैष्णवीला शांत वाटत होतं. 'स्वामी सांगतात, तसं शांत. स्वामी आनंद म्हणत नाहीत, सुख हा शब्दही वापरत नाहीत. ते शांत हा शब्द वापरतात. ते असंही म्हणतात की, दुःखातही सुख-आनंद म्हणजेच 'शांत' मानता आलं पाहिजे. आज या शब्दाचा अर्थ खऱ्या अर्थाने समजतोय. हो स्वामी, मी शांत आहे. अगदी खोलवर शांत आहे.'

■

पाच

'वै गेली रे घरी रहायला.'

'हो? कधी?'

'तू टूरवर होतास ना, म्हणून तुला सांगितलं नाही. झाले आठ दिवस.'

'वा! मजेत आहे ना?'

'आठ दिवसच तर झालेत! कुणास ठाऊक मजेत आहे की नाही ते.'

'फोन नाही आला? तूही नाही केलास?'

'नाही. म्हटलं तिला तिचा वेळ द्यावा. जरा बस्तान बसू दे. मग करू.

'ठीक.'

'तुला बरं नाही वाटलं ती गेली घरी म्हणून?'

'माझा काय संबंध? ती कुठेही राहिली तरी 'वैष्णवी'च रहाणार.'

'का राग धरून आहेस तिच्याबद्दल? बाबा तिच्याचमुळे वाचले, आठवतंय ना?'

'हो. म्हणून मी तिचे आभारही मानले की!'

'मग?'

'राहू दे ना. माझी बॅग आवरायची आहे. उद्या मीटिंग आहे. रिपोर्ट्स तयार करायचे आहेत.'

'बरं, जाते मी. तू बस फायलीत डोकं खुपसून!'

शमी गेल्यावर विहंगला बरं वाटलं. शेवटी वै गेलीच घरी. आणि तो षंढ माणूस, त्याने तिला येऊही दिली. पुरुषासारखा पुरुष, पण कसला कणाच नाही. पंधरा-सोळा वर्षं बायको घराबाहेर रहाते. कशी रहाते, कुणाबरोबर रहाते?

कसला विचार नाही. रंगेहाथ पकडली होती तिला मी. सांगू का हे? होती अशीच कुणाबरोबर तरी. आपण मग चक्क पाठलागच केला. या बयेने त्याच्याबरोबर कुठे जावं? चक्क हॉटेलात? रूमवर! कोण होता तो फटीचर? ना कसली पर्सनॅलिटी, ना रूप. हां, पैसा असेल. असणारच. त्याशिवाय तिने त्याला जवळ येऊ दिलं नसतंच. तो फटीचर तिला चालला आणि आपण एवढे हँडसम, तरी आपल्याला झिडकारलं. का? तिच्या प्रिय मैत्रिणीचा नवरा आहे म्हणून? की घाबरली? तिच्या शमीच्या मनात असलेल्या इमेजला धक्का लागेल म्हणून? तेव्हापासून सालीचा राग येतो. आणि काय पण नशीब सालं. नेमके आपण घरात नसताना बाबांना ॲटॅक आला आणि नेमकी तेव्हा ही तिथे होती. काय प्रस्थ वाढलंय तिचं त्यामुळे. खुपत रहाते ती डोळ्यांत आणि आवही असा आणते की, तिने मला माफ केलंय. म्हणून तर अजूनच...

'अरे, अजून तू तसाच बसलायस? आवर ना रे लवकर. जेवायला चल.'

'हो. आलोच.'

आपणही मग नाटक करण्यात कमी नाही. तिला सल्ला द्यायला जातो. घरी आली की चांगले बोलतो, वागतो. ॲज इफ्. तू झिडकारलंस तर मला काही फरकच पडत नाही. तू नही तो नहीं...

'विहंग ऽऽ'

'आलो. आलो.'

'परी वाट बघत्ये.'

'चला, वाढा.'

'उद्या वै ला फोन करतेच.'

'कशाला?'

'तूच म्हणालास ना?'

'वैष्णवीपलीकडे काही विषय नाहीयेत का बोलायला?'

'परी, बाबा चिडला की मस्त दिसतो ना...'

हसतखेळत जेवणं आटोपली आणि मग विहंगही नॉर्मल झाला. त्याने खरंच फायलीत डोकं घातलं आणि शमी परीला झोपवायला लागली. छान, सुखी संसाराची मुलायम झोप तिच्या डोळ्यांत उतरू लागली.

* * *

'हॅलो, वै, अगं कशी आहेस? फोन नाही, मेल नाही, इतकी बिझी झालीस?'

'हो गं. पण आज भेटते तुला. ऑफिस संपलं की येते. कुठेतरी बाहेरच

गप्पा मारू मग.'

'चालेल. समुद्रावर जायचं? कित्ती दिवसांत वाळू मुठीतून निसटली नाही, चनाचोर गरम खाल्ले नाहीत. कुल्फी...'

'हो, हो, चालेल. मी येते.'

सूर्यास्त व्हायला अवकाश होता. वाळू उबदार होती. समोर नजर पोहोचेल तिथपर्यंत पाणी आणि डावी-उजवीकडे समुद्राची महिरप.

'किती छान वाटतंय गं! खारं, कोमट वारंही आवडतंय.'

'हो. बरं झालं इथे आलो. बोल, कशी आहेस?'

'छान आहे.'

'रुळलीस? मुलं– प्रतोष..'

'खरं सांगू तर नाही.'

'वेळ लागणारच होता. अजूनही लागेल.'

'सागर गौरीकडेच आहे अजून.'

'का?'

'त्याला शाळा लांब पडते म्हणून.'

'मग?'

'हे वर्ष संपेपर्यंत तो तिथेच रहाणार, असं ठरलंय.'

'आणि सुषमा?'

'तिची परीक्षा झाली ना, म्हणून ती आहे इथेच. पण बुजरी झाली आहे. जास्त बोलत नाही. काही हवं असेल तर मला सांगत नाही; प्रतोषलाही सांगत नाही. आजीला सांगते. मग त्या मला सांगतात. मी तिला म्हणालेही, की तुला काहीही हवं असेल तर तू मला सांगत जा. अगदी हक्कच आहे तो तुझा. आणि आजीला जरी सांगितलंस तरी त्या मलाच सांगणार ना! त्यापेक्षा तूच सरळ माझ्याशी बोल ना!'

'मग?'

'नाही काही उपयोग झाला अजून तरी.'

'तिला वेळ दे जरा. तू घाई करू नकोस.'

'नाही करणार.'

'सागरला भेटायला जातेस?'

'नाही. गौरीला मी तिच्याकडे गेलेलं आवडत नाही. शनिवारी शाळा सुटली, तेव्हा सागरच घरी आला होता.'

'एकटा?'

'हो. रिक्शाने आला. रविवारी संध्याकाळी मी त्याला पोहोचवलं. खालच्या खालीच निघून आले. सागर म्हणाला तेव्हा की, या शनिवारी तसाच परस्पर शाळेतून घरी येतो म्हणून. मी सांगितलंय त्याला, न्यायला येईन म्हणून.'

'चला, निदान सागरला तरी ओढ वाटत्ये तुझी.'

'कुणास ठाऊक?'

'म्हणजे?'

'तो माझ्यासाठी येतो की, माझ्याकडून मिळणाऱ्या वस्तूंसाठी येतो, असा प्रश्न पडलाय. प्रथमच भेटणार म्हणून त्यावेळेला मी त्याच्यासाठी बऱ्याच वस्तू, कपडे घेतले. या शनिवारी तो आला तेव्हा पुन्हा शॉपिंगला जायचंय असा हट्ट धरून बसला. मग पुन्हा मोठी खरेदी झाली. आणि जेव्हा गौरीच्या बिल्डिंगपाशी त्याला त्या खरेदीसकट सोडलं तेव्हा या शनिवारी कुठे जायचंय हे त्याने ठरवून, सांगूनही टाकलं. मी हो म्हणाले.'

'का? का हो म्हणालीस.'

'मग काय करू? जर नाही म्हणाले असते तर तो कदाचित 'मी येतच नाही मग' असं म्हणेल की काय अशी भीती वाटली.'

'तेरा-चौदा वर्षाच्या मुलाची भीती?'

'वाटली खरी.'

'वै, तो तुझा फायदा तर घेत नाहीये ना?'

'नाही गं! या वयात मोह होणारच. मलाही मोह व्हायचा. सर्व उत्तमातलं उत्तम आपल्या जवळ असावं असं वाटायचं. त्या वयातल्या माझ्या अभिलाषा काय होत्या हे मी विसरले नाहीये. तो आत्ता त्याच वयाचा आहे.'

'दोन-तीन वर्षांच्या फरकाने सुषमाही आहेच की त्या वयोगटातली. पण ती नाही ना तसं वागत?'

'गौरीने एक-एक सवयी लावल्यात त्याला. जरा रडला की पुरव हट्ट! सुषमाचं तसं नाही. दादांकडे बऱ्यापैकी शिस्तीत वाढली ती.'

'बघ बाई, काळजी घे. प्रतोष वेगळा, सुषमा वेगळी आणि सागर म्हणजे आणखीनच वेगळा! तिघांच्या तीन तऱ्हा सांभाळायच्या म्हणजे... डोकं आऊट होईल.'

'पूर्वीची असते ना मी, तर आऊट झालंही असतं. पण स्वामींचं लेक्चर ऐकते तर खूपशी सावरते.'

'हो, ते तुझं स्वामी प्रकरण, एक नवीनच!'

'तूही ये ऐकायला.

'नको गं बाई. घरातल्या स्वामीचं ऐकत्ये, तेवढं पुष्कळ!'

'कोण? विहंग? आणि स्वामी? हं!'

'का गं?'

'काही नाही.'

'तुम्हा दोघांच्याही मनात एकमेकांबद्दल एवढी अढी का?'

'जाऊ दे. निघू या? घरी जाऊन सर्व स्वैपाक करायचाय.'

'सासूबाई आहेत ना...'

'तुला एक गंमत सांगते. मी घरी रहायला लागल्यापासून स्वत:ला तहान जरी लागली असेल तरी त्या पाणी घेत नाहीत. हाका मारत रहातात. मग मी हातातलं काम टाकायचं आणि त्यांना पाणी नेऊन द्यायचं.'

'काय सांगतेस काय?'

'तो पाण्याचा ग्लास जर मी उचलला नाही तर दिवसभर तिथेच पडून असतो.'

'काय कमाल आहे! आणि सुषमा?'

'ती कायम तिच्या खोलीत काहीतरी वाचत बसलेली असते. निदान सकाळी मी ऑफिसला जायला निघेपर्यंत तरी नक्कीच. मग दिवसभर दोघी काय करतात, हे मला माहीत नाही. पुन्हा संध्याकाळही तशीच. जेवायला जोपर्यंत मी हाक मारत नाही, दोघी तोपर्यंत आतच असतात. ठीक आहे. माझी काहीही तक्रार नाही. चल निघू या.'

सूर्यास्त झाला होता. ड्रेसला चिकटलेली वाळू दोघींनी झटकली. वाळूच्या बरोबरीने मनातले विचारही. तरीही जसा एखाददुसरा वाळूचा कण हट्टाने चिकटूनच रहातो, तसेच एक-दोन विचारही...

गाडी स्टार्ट करता करता वैष्णवी विचार करत होती, 'आज काय जेवण बनवावं? सुषमा तिची आवड-नावड सांगत नाही. कालची भाजी नावडती होती तर न जेवता उपाशीच झोपली. आज?...

शमी विचार करत होती, 'वैष्णवीचा आणि विहंगचा परस्पर संबंध काहीही नाही. तरीही दोघं एकमेकांचा कुठेतरी द्वेष करतात, तो का?'

'शमी, घर आलं तुझं...'

'अरे, कळलंच नाही गं. भेटू अशाच. काळजी घे. फोन करत रहा. बाय.'

'बाय.'

* * *

'सागर, काय करतोयस? अरे, अजूनही खेळतच बसलायस? अभ्यास नाही करायचा? परीक्षा किती जवळ आली..'

'करतो गं. तू कटकट करू नकोस.'

'मी कटकट करते?'

'नाही तर काय? जरा खेळू देत नाहीस.'

'ही वैष्णवी आली आणि तू बिघडत चाललायस, तिच्याचमुळे.'

'मी काय बिघडलो गं? तू दिलास का मला व्हिडीओ गेम?'

'दिला नाही आणि नसताही. अभ्यासाच्या दिवसात अभ्यासच व्हायला हवा.'

'श्यॅ:! हरलो बघ मी. तू जा ना.'

'सागर ऽऽ'

'मला खायला दे. इडली नाही तर डोसा.'

'आत्ता कसा होणार डोसा? पीठ तयार असायला नको का? उद्या करते.'

'नाही. आत्ताच हवा. ऑर्डर करना हॉटेलातून.'

'सागर, पोहे केलेत मी.'

'नेहमीच काय पोहे खायचे? मला नको.'

'बरं, ऑर्डर करते मी डोसा. पण खाऊन झालं की, अभ्यासाला बसायचं.'

'हो.'

'नक्की?'

'हो गं. जा तू आता.'

गौरी कष्टी झाली. दुखावली गेली. सागरचं वागणं बदलतंय हे तिला जाणवत होतं. तसा तो हट्टी होताच, पण त्यात कुठेतरी आपुलकी, प्रेम होतं. पण आता हट्टाबरोबर उद्धटपणा वाढत चाललाय. त्यात प्रेम दिसत नाही. अरेरावी आहे. हे गौरीला डाचू लागलं होतं. परवा तर सरळसरळ सागर म्हणाला, 'तू देतेस की नाही मला माझी बॅट की, घेऊ ममीकडून नवी?' मग आपण निमूटपणे त्याला बॅट दिली. तरीही तो वैष्णवीकडून नवी बॅट घेऊन आलाच रविवारी. ही बया बिघडवणार माझ्या सागरला. हिचं कधीही चांगलं होणार नाही. माझा शाप आहे तिला. माझ्या पोराला माझ्यापासून दूर करत्ये.

'घे डोसा आणि इडलीही मागवली. शिवाय चॉकलेट मिल्क शेक.'

'वाव! आई, यू आर ग्रेट!'

'हो नं? मग माझं ऐक ना थोडं?'

'सांग.'

'थोडा अभ्यास कर. तू हुशार आहेस. छान पास होशील. गेल्या दहा दिवसांत तू पुस्तकांना हातही लावलेला नाहीस. हे चांगलं का? इतकी वर्षं पाचच्या आत नंबर येतोय तुझा. आताही यायला हवा ना?'

'हो.'

'शहाणा माझा राजा.'

'माझ्यासाठी गेम्स आणशील?'

'हो ऽऽ आणेन. पण परीक्षा झाल्यावर.'

सागर हो ना करता करता अभ्यासाला बसला. जयंता आल्यावर मात्र गौरीचा बांध फुटला.

'काय झालं?'

'तू दिवसभर ऑफिसात असतोस आणि इथे घरी...'

'काय झालं ते तर सांगशील?'

'सागर बदलतोय. त्याचं अभ्यासात लक्ष नाही. उलट उत्तरं देतो. नाही नाही ते हट्ट करतो आणि मी नाही म्हणाले कुठल्या गोष्टीला तर सरळ धमकी देतो. वैष्णवीकडे मागेन असं म्हणतो. काय करू मी?'

'सांगू! सागरमधून बाहेर पडण्याचा प्रयत्न कर. ही परीक्षा झाली की, तो जाईल कायमचा. तेव्हा आत्तापासूनच मनाची तयारी कर. गेल्या शनिवारचं आठवतंय ना? किती क्षुल्लक कारण होतं. त्याने होमवर्क केला नव्हता. त्याचीच चूक होती म्हणून मी नोट लिहून दिली नाही. त्याला शाळेत नक्की पनिशमेंट झाली असणार. तो इथे आला का? शाळा सुटल्यावर सरळ रिक्षा करून त्या घरी गेला. त्याला माहितेय की हे नाही तर ते घर त्याच्यासाठी आहे. त्यामुळे तो आता दोन्ही घरांचा वापर त्याच्या सोयीनुसार करणार.'

'दोन-तीन दिवसांच्या सहवासाने त्याच्यात इतका फरक पडला? वैष्णवीने अशी काय जादू केली त्या दोन-तीन दिवसांत?'

'जादू तिने नाही केली. तिच्या पैशांनी केली.'

'खरं आहे.'

'आणि ती आता ही जादू सतत करत राहील. सागरला स्वत:कडे ओढून आणण्यासाठी ती तिच्या प्रेमापेक्षा पैशांचा वापर करेल.'

'आणि तो बिघडत राहील. एक आयुष्य उद्ध्वस्त होत असताना आपण काहीच करू शकणार नाही. उद्ध्वस्त...'

'आपलं प्रेम निरपेक्ष आहे सागरसाठी. त्याने आनंदात असावं, इतकीच अपेक्षा! हो ना?'

'हो.'

'मग त्याला जास्त आनंद कुठे मिळणार आहे, हे त्यालाच ठरवू दे. तू शांत रहा.'

जयंताचा नाइलाज होता. तो फक्त गौरीला समजवू शकत होता. स्वत:ला समजवता येणं त्याला कठीण जात होतं. खरं तर तो हे स्वत:लाच समजवत होता. मनातल्या मनात अनेक वेळा त्याने स्वत:ला सांगितलं होतं की, सागर एक ना एक दिवस जाणार. हे घर रिकामं होणार. परीक्षा संपेपर्यंतच त्याचा सहवास मिळणार. निदान तेवढे दिवस तरी आपण सागरला जास्तीत जास्त आनंदाचे देऊ. इथून जाताना त्याने त्याच्याबरोबर आनंदाच्या आठवणी न्याव्यात. आता त्याची 'बाबा' ही हाक जास्तीत जास्त वेळा कानांवर पडू देत, असं सतत जयंतला वाटत होतं. त्याला गंमत वाटली. स्वत:शीच तो हसला. खिन्न, उदास. 'जेव्हा आपण ऑफिसचं काही काम घरी करत असू आणि सागर त्याच वेळेस मधेमधे लुडबूड करायचा, बाबा बाबा, अशी हाक मारत रहायचा, तेव्हा आपण त्याला ओरडत असू. कशाला हाक मारतोयस? तुला दिसत नाही मी काम करतोय ते? असं म्हणत असू. त्यावेळेला आपण गृहीत धरलं होतं की, सागर कायम इथेच असणार आहे. पण आता समजतंय. आता तो गेल्यावर 'बाबा' म्हणून हाक मारणारं कुणीही नसणार. आपण किंवा कुणीही माणूस याच समजुतीत असतो की, जे आहे ते कधी हरवणार नाहीये. गृहीत धरतो, प्रत्येक गोष्ट. अगदी स्वत:चं आयुष्यही!'

जयंत सागरच्या खोलीत आला. अभ्यासाचं पुस्तक वाचता वाचता त्याला झोप लागली होती. किती निरागस दिसत होता. ही निरागसता कायम रहावी, तो असाच लहान रहावा आणि त्याला कुणीही आपल्यापासून हिरावून नेऊ नये, या विचारांनी जयंतच्या डोळ्यांच्या कडा पाणावल्या. मागे गौरी कधी येऊन उभी राहिली हे त्याला समजलंच नाही. गौरीने त्याच्या खांद्यावर थोपटल्यासारखं केलं. जयंताने सागरच्या अंगावर दुलई घातली. केसांवरून हात फिरवला. दिवा मालवून तो गौरीसोबत बाहेर आला. हॉलच्या गॅलरीत दोघं उभी राहिली. एकमेकांचे हात धरत, थोपटत, एकमेकांना आधार देत.

* * *

वैष्णवीने भराभरा घरकाम उरकलं.

'प्रतोष, तयार हो ना रे लवकर.'

'कशासाठी?'

'अरे, असं काय? सागरची परीक्षा संपते आज. त्याला घ्यायला जायचंय ना शाळेत?'

'तू जा. मला झोप येते.'

'अरे, आल्यावर झोप.'

'रात्री उशीर झाला.'

'माहितेय.'

'मीटिंग लांबली.'

'तेही समजलं. तुझ्या मीटिंगची दुर्गंधी अजूनही भरून राह्यली बेडरूममध्ये.'

'काही पण बोलू नकोस-'

'किती दारू पिशील?'

'ए, लेक्चर नकोय.'

'नाही, लेक्चर देत नाहीये. पण सुषमा आहे घरात. निदान तिचा विचार...'

'तू कर.'

'मी निघाले.'

'जा आणि जाताना दार बंद करून घे.'

वैष्णवीने दार बंद केलं. समोरच सोफ्यावर सुषमा बसली होती. 'हिने ऐकलं की काय? काय वाटत असेल हिला?'

'वा! तू अगदी तयार आहेस. चल, निघू आपण.'

'मी, नाही येत.'

'का गं?'

'नको.'

'सागरला आणायचंय ना! चल की!'

'आजी देवळात गेली. बाबांना चहा लागेल, तर... मी थांबते.'

'बाबांना येतो चहा करता आणि सागरला घेऊन आपण येऊसुद्धा घरी. तरीही तो उठलेला नसणार.'

'सागर घरीच येतोय ना! इथे भेटेलच. मी थांबते.'

'मग एवढी तयार का झालीस यायचं नव्हतं तर.'

सुषमा उठली. काहीही न बोलता आत गेली. वैष्णवी तिची वाट बघत राहिली. सुषमा बाहेर आली ती कपडे बदलूनच.'

'हे काय?'

'मी घरातले कपडे घातले. तू जा. मी आहे घरात.'

आता मात्र वैष्णवीचा नाइलाज झाला. ती निघाली. 'का वागते सुषमा अशी? अजून किती दिवस ती अशीच वागणार आहे? प्रतोषसाठी इतकं प्रेम? की निव्वळ मला टाळायचं म्हणून प्रतोषचं कारण? पण मला का टाळत्ये? तिच्यासाठीही तितकंच करते जितकं सागरसाठी करते. तरीही? आता चांगले

दीड-दोन महिने होत आलेत. सगळे एकत्र रहातोय. सगळ्यांचं सगळं करता करता नोकरीही करते. पण तरीही...'

शाळा समोर दिसली आणि वैष्णवीने स्वत:ला सावरलं. गाडी पार्क करून ती शाळेच्या मेन गेटजवळ जाऊन थांबली. गेटच्या जवळपास बऱ्याच जणी उभ्या होत्या. 'या सर्व आपापल्या मुलांसाठी आलेल्या आया. कित्येक वर्षं येत असणार.' आपण मात्र आज प्रथमच आलो आहोत. मुलं कधी येतायत याची त्यांना उत्सुकता दिसत नाही. कोंडाळं करून सासू-नवऱ्याच्या गोष्टी, भाज्या आणि फळं, यंव नाहीतर त्यंव. याच गप्पा. त्यांच्यासाठी हा रूटीनचा भाग! आपल्याला मात्र उत्सुकता. आपल्यासाठी हे रूटीनला सोडून वागणं. काल बॉस तडकलाच होता. 'मिसेस फणसे, किती सुट्या द्याव्यात तुम्हाला? आतापर्यंत म्हणजे गेल्या दोन महिन्याचं रेकॉर्ड बघा तुमचं. मी हे ऑफिस तुम्हाला सुट्ट्या देण्यासाठी उघडलेलं नाहीये.' 'सॉरी सर. फक्त उद्याचा एकच दिवस! मी पेंडिंग वर्क रविवारी ऑफिसला येऊन पूर्ण करीन.' हो ना करता करता मिळाली सुट्टी.

नजर भिरभिरत होती. सगळी मुलं सारखीच दिसत होती आणि अचानक वैष्णवीला गौरी दिसली. गौरी येईल, हा विचारच तिने केला नव्हता. तिला सागरला सरप्राईझ द्यायचं होतं. गौरीला चुकवायला हवं असं तिला वाटत असतानाच गौरी तिच्यासमोर आली.

'सागरला भेटायला आली आहेस?'

'न्यायला आले आहे.'

'तो तुझ्याबरोबर येणार नाही. आज इतकी वर्षं मी त्याला न्यायला येते. त्याला सवय आहे माझी.'

'असेल, मी कुठे नाकारत्ये. पण आज तो येईल माझ्याबरोबर.'

'का म्हणून? आणि मी का पाठवायचं तुझ्याबरोबर?'

'गौरी, हळू बोल.'

'गौरी? ताई म्हणायलाही जड जातंय आता?'

'तसं नाही गौरीताई, आजूबाजूला माणसं आहेत. तूही चल घरी. सावकाश बोलू मग.'

'ते शक्य नाही आणि मला तुझ्याशी काही बोलण्याची इच्छाही नाही. अचानक तुला तुझा मुलगा, मुलगी, नवरा आठवतो आणि... मला इतरांशी काय करायचंय? माझा संबंध फक्त सागरपुरता! गेल्या अकरा वर्षांत एकदाही आली नाहीस शाळेत आणि...'

'अकरा वर्षं?'

'तुला याचाही पत्ता नाही. मांड ना हिशेब. ज्युनिअर केजी, सिनियर केजी आणि पहिली ते नववी. किती वर्षं झाली? पालक म्हणून सही तरी करायला आलीस कुठल्या फॉर्मवर?'

'गौरीताई, हळू. आपण बोलू ना नंतर. वाटल्यास मी येते घरी.'

'पाऊलही टाकायचं नाही माझ्या घरात. घरातच काय, सोसायटीतही फिरकायचं नाही, सांगून ठेवते आणि तू निघ इथनं. सागर येतच असेल. आमचा पुढचा कार्यक्रम ठरलेला आहे. इतकी वर्षं मी तो कार्यक्रम पाळत आली. आजही तसंच होणार.'

'काय?'

'वार्षिक परीक्षेचा शेवटचा पेपर झाला की, आम्ही दोघं हॉटेलात जातो जेवायला, तिथून सिनेमाला. मग सिनेमा सुटल्यावर शॉपिंग आणि मग घरी. आजही तोच कार्यक्रम आहे. सिनेमाची तिकिटंही काढली आहेत. तू जा. नाहीतर सागरचा सगळा मूडच जाईल. तुझ्यामुळे आधीच तो डिस्टर्ब झाला आहे. तो, मी, जयू सगळेच. किती छान आयुष्य होतं. शांत. स्थिर! तू सर्व अस्थिर करून टाकलंस. तू जा म्हणते ना...'

'जाते. गौरीताई... जाते.'

वैष्णवी मागे वळली. 'सागर दिसलासुद्धा नाही. आता? आता काय करावं? घरी जायचं? आणि काय सांगायचं? गौरीचं हे बोलणं? की सागरची भेटही झाली नाही हे? गौरीपुढे आपण एवढ्या मवाळ का झालो? का नाही आपणही ताडताड बोललो! सांगायला हवं होतं की, ज्यावेळी तुझा भाऊ एक पैसाही घरात देत नव्हता तेव्हा तुझी आई मला उपाशी ठेवत होती. ह्याच सागर-सुषमाकरता साधे औषधाचे पैसेही देत नव्हती. तुझा भाऊ त्यावेळेला दुसऱ्याच बाईवर पैशांचा आणि प्रेमाचा पाऊस पाडत होता. तेव्हा तुम्ही सगळे काय डोळे मिटून बसला होतात? मी, माझी मुलं कसे जगत होतो, याची साधी चौकशीही तुम्ही केली नाहीत. का केली नाहीत? माझा कायमच तिरस्कार केलात. मी सुंदर होते, आजही आहे, हेच तुमच्या आईसकट सगळ्यांना डाचत होतं, हे काय मला माहीत नाही? आणि मीही मूर्ख. भाळले तुमच्या काळ्या, ओबड-धोबड भावावर. आज सर्व काही विसरून मी घरी परतून आले तर संपूर्ण घर आता माझ्या पैशावर चालतंय. सगळ्यांच्या सर्व इच्छा मी पूर्ण करते. सागरला तुम्ही न्या, सांभाळा, असं तर मी कधीच सांगितलं नव्हतं. ती तुमची इच्छा होती, कारण तुम्ही वांझ आहात! वांझ! उगीचच, दुसऱ्याचं पोर सांभाळलं म्हणजे आईत्व आलं असं वाटायला लागलंय तुम्हाला गौरीताई. मॅडम, जाग्या व्हा. सागर माझा आहे. मी जन्म दिलाय. आज नाही तर उद्या, पण येणार शेवटी तो माझ्याचकडे.'

पुष्पाबाईंना कळेना की, अजून वैष्णवी आली कशी नाही? गौरीही फोन उचलत नव्हती. 'काय या पोरींना, पोरी कसल्या चांगल्या बाया झाल्यात तरी अक्कल म्हणून नाही. दुनियेला मोबाईल दाखवत हिंडायचं, पण फोन केला तर घ्यायला नको? वैष्णवी पण तशीच, अन् गौरीपण. भेटल्या की काय दोघी एकमेकींना? गौरीचा जीव थाऱ्यावर नसेल... सागर आला असणार वैष्णवीबरोबर तर गौरी काही कमीजास्त तर करून घेणार नाही ना जिवाचं?'

'जयंतराव मी बोलते.'

'ओळखलं, बोला.'

'गौरी घरात नाहीये आणि मोबाईलही उचलत नाहीये. घरात नाहीये म्हणजे, अहो, घरचा फोन वाजतोय कितीतरी वेळ...'

'गौरी बाहेर गेलीय. आज सागरची परीक्षा संपली ना! मग सालाबादप्रमाणे मा-बेटा मजा करतायत.'

'म्हणजे?'

'दोघं सिनेमाला गेलेत.'

'नक्की?'

'हो. दोघांचं जेवण झालं आणि गौरीने मला फोन केला. पिक्चरला जातोय असं म्हणाली. फोन सायलंटवर ठेवते, हेही सांगितलं.'

'कमाल आहे गौरीची. अहो, पण वैष्णवी गेली होती सागरला आणायला.'

'समजलं मला ते गौरीकडून. पण, ठीक आहे. सागर आहे गौरीबरोबर. तुम्ही काळजी करू नका. ठेवतो फोन.'

मग आता वैष्णवी कुठे गेली? ती फोन का नाही उचलत? सकाळची संध्याकाळ झाली. अजून जेवण बनवायचंय. ही कधी येणार, कधी बनवणार आणि आपण कधी जेवणार! काही ताळतंत्रच नाही. शमीला फोन केला, तर तिलाही माहीत नाही. काय हे वागणं?'

'प्रतोष ऽऽ'

'काय गं?'

'अरे, वैष्णवी अजून आली नाही. तुला फोन आला होता का?'

'नाही.'

'मग तू तरी कर फोन. भूक लागलीय. मला भूक लागलीय आणि जेवण तयार नाही. चहाही घेतला नाही.'

'मग करायचास ना चहा तू.'

'सून घरात असताना मी का करू? इतके वर्ष करतच होते ना सर्व? ही आली आणि माझी सवयही मोडली. आता तरी विश्रांती नको का मला?'

'सुषमाला सांगायचंस.'

'ती येते? बघावं तेव्हा तिच्या खोलीत पुस्तकांत डोकं खुपसून बसलेली असते. चार शब्दही बोलायला नकोत तिला. आधी अशी नव्हती. सुट्टीत यायची इथे तर किती बोलायची. नागपूरच्या गोष्टी सांगायची. अगदी चहाच कशाला, कुकरही लावायची. पण आता?'

'तू शांत हो बघू. मी करतो चहा.'

'त्यापेक्षा तिला फोन लाव. जरा आवाज चढव. स्वतः घुसली या घरात. तिची सवय करून घेतली कशीबशी, तर आता टिक म्हणावं. संसारी स्त्री झालीस तर आता मनमानी चालणार नाही असं निक्षून सांग म्हणजे...'

'चहा घे.'

'केलास? रहा असाच. मी तरी कशाला बोलत्ये? तुम्ही नवरा-बायको एक व्हाल आणि मला मात्र परकं कराल.'

'काहीही बोलू नकोस. मी लावतोय तिला फोन. मग तर झालं? जरा काही काम करत बसलोय तर तुझी...'

'हो, माझी कटकट होणारच तुला आता-'

'आता रडायला काय झालं? ए आई, तुला विचारतोय.'

'का ऽऽ ही नाही.'

'सुषमा ऽऽ'

'आले ऽऽ काय झालं?'

'अगं, जरा आजीशी गप्पा मार. तिला एकटं वाटतं.'

'अं, मी काय बोलू?'

'राहू दे. तिला नको बोलूस. काही नाही हं. जा तू.'

'बरं.'

सुषमा पुन्हा बेडरूममध्ये गेली. ती सगळं ऐकत होती. पुस्तकात डोकं होतं, पण लक्ष होतं ते बाहेरच्या बोलण्याकडे. 'खरंच, मी सुट्टीत इथे येत असे. तेव्हा इथे खूप छान वाटायचं. आजी वेगळी वागायची. आतासारखी नव्हती वागत तेव्हा. ती प्रेम करायची. गप्पा मारायची. फिरायला घेऊन जायची. देवळात न्यायची, तसंच शॉपिंगलाही न्यायची. छान छान खायला करून घालायची. सिनेमा दाखवायची. आईचा विषय कधीच निघायचा नाही. आजोबा पण खूप लाड करायचे. आता आजोबा नाहीत. आई आजीला आवडत नाही. बाबा अजूनही तसेच वागतात. तेव्हाही दारू प्यायचे, आताही पितात. तेव्हा

आजीकडून पैसे घ्यायचे. मला आठवतंय, मी बघितलंय त्यांना पैसे घेताना आणि आता आई पैसे देते हेही बघितलंय. आई काहीही बोलत नाही त्यांना. त्यांच्यावर चिडतही नाही. आई खूप छान दिसते. मी का नाही झाले दिसायला तिच्यासारखी? आत्ता, चार दिवसांपूर्वी आईने आग्रह केला म्हणून तिच्याबरोबर बाहेर गेलो होतो. तेव्हा तिची कुणी मैत्रीण भेटली रस्त्यात. आईने सांगितलं तिला की ही माझी मुलगी. तर ती मैत्रीण म्हणाली, 'अय्या, तुझी मुलगी? वाटत नाही हं. किती वेगळी दिसते ही!' तेव्हा खरं तर त्या मैत्रिणीचा खूप राग आला होता. वाईटही वाटलं. आईचा राग आला. कशाला न्यायचं मला बरोबर? मी दिसायला अशी, अन् ती? कशाला आलो आपण इथे? आता जेव्हा केव्हा आईबरोबर आपण जाऊ तर सगळे असंच म्हणतील. पण आपण इथे आपल्या मनाने आलो नाही. आणलं गेलं. नको असताना. सागर खरंच भाग्यवान! गौरीआत्या त्याला सोडायला तयार नाही आणि दादाकाका आपल्याला ठेवायला तयार नाहीत. जणू वाटच बघत होते, कधी एकदा मला इथे आणून सोडतोय अशी. काय करू? कुठे जाऊ? नागपूरची आठवण येते. कॉलेज आठवतं. मित्र-मैत्रिणी आठवतात. इथे कुणीही नाही माझ्यासाठी. मी अगदी एकटी आहे इथे. अगदी एकटी...'

* * *

स्वामी म्हणाले ते अगदी खरं आहे. तुम्ही जे मागता, ते मिळतं; पण त्याच्याच जोडीने जे नको ते सरपटत येतंच. मला सुख हवं होतं तर दु:खही येणारच. स्वामी म्हणाले की, तुम्ही सुख मागत नाही, दु:खच मागता. यश म्हटलं की पाठोपाठ अपयश येणार. पण तुम्ही सुख मागता. खरं तर तुम्ही यश न मागता अपयशच मागत असता. खरं आहे. संसार सुरू करण्यात, पुन्हा पहिल्या चौकोनात जाऊन उभी राहिले. प्रतोषने घरी येण्यास मान्यता दिली, त्याप्रमाणे घरी गेलेही. घराचं रूपही पालटून टाकलं. सर्व घर छान, सुंदर वस्तूंनी, मांडणीने सजवलं. वाटलं यश मिळालं. पण आज? आज अपयश आलं. खरं ते होतंच. पण त्याकडे दुर्लक्ष केलं होतं. वस्तूंनी तात्पुरता फरक पडत असेल, पण तेवढ्यापुरताच! तो काही यशाचा मार्ग नाही. घरी रहायला गेले तेव्हाच मी दु:ख मागितलं होतं, पण हे तेव्हा समजलं नाही. वाटलं होतं, मधला काळ पुसून टाकेन. पहिल्या चौकोनापासून सुरुवात करेन. पण तिथे तर मी एकटीच उभी आहे. बाकीचे सगळेजण आपापल्या चौकोनात! मी घर नाही मागितलं तर दु:खं मागितलं. आज तीन महिने होऊन गेले; पण प्रतोष, सुषमा आपआपलेच, स्वत:पुरतेच! आईपण तशाच! मीच सारखी प्रत्येकाच्या चौकोनात

जाऊन लुडबुड करून येत्ये. त्यांना माझी ही लुडबुड हवी आहे की नाही हेही समजत नाही आणि समजा नको असेल तर? सागर? आणि गौरी, जयूभाऊ? स्वामी, तुम्ही मला अगोदर का नाही भेटलात! मग मी जशी होते, तशी झाले नसते. हं! ह्या म्हणण्यालाही काही अर्थ नाही. हे सर्व असंच होणार होतं. असंच...

'लक्ष कुठे आहे मॅडम?'

'मिहीर तू?'

'येस. म्हटलं लक्ष कुठे आहे? पंधरा मिनिटं झाली, आपके पीछे पीछे आ रहा हूं।'

'पाठी होतास ना, म्हणून...'

'दोनदा मागे वळून बघितलंस... एनी वेज्. हाऊ आर यू? कसं वाटतंय घरी? हॅपी?'

'ओ, येस्. व्हेरी हॅपी!'

'वै, आपण दोघंही एकमेकांना छान ओळखतो. ॲम आय राईट?'

'हो.'

'सांग, काय झालं?'

'तसं काही नाही रे. एव्हरीथिंग इज फाईन.'

'माझ्या घरी येतेस? मस्त गप्पा मारू.'

'पण...'

'कमॉन वै.'

'चल.'

वैष्णवीला मिहीर भेटल्याने बरंही वाटत होतं आणि अस्वस्थही. आता आपण ह्याच्या घरी जातोय. काय मागतोय? आनंद की दुःख?'

'मॅडम, प्लीज. उतरणार?'

'हे मॅडम मॅडम काय लावलंस?'

'मग काय म्हणू? तशीस वागत्येस...'

'छान आहे रे तुझं घर!'

'थँक्यू! चहा करतो मस्त. अद्रकवाली चाय!'

'चालेल.'

वाफाळत्या चहाचे मोठ्ठाले मग्ज आणि बॉनबॉन बिस्किट्सनी भरलेला बाऊल. हा आपली आवड विसरला नाही?

'घे. एकही बिस्कीट रहाता कामा नये.'

'अस्सल मराठी बोलतोयस.'

'हस, हस. छान दिसत्येस हसलीस की. मी मुंबईकर– सो, मराठी शिकलो आणि तुझी भाषाही, म्हणूनही. अेनी वेज् वै, आता सांग, काय झालं? आर यू नॉट हॅपी?'

'आनंद म्हणजे काय हेच समजेनासं झालंय. आधी अगदी लहान असताना वाटायचं, छान मोट्ठं घर, व्यवस्थित मांडलेलं, सजवलेलं, नजर फिरेल तिथे सौंदर्य जाणवणारं असं घर म्हणजे आनंद! जे हवेशीर, स्वच्छ प्रकाशात परावर्तित होतं असं घर, त्या घरात रहाता येणं म्हणजे आनंद! मग तसं घर मिळवण्यासाठी केलेला अट्टहास! मग ते स्वप्न पूर्ण होतं. वाटतं की, आनंदी आहोत आता. मग हा आनंद विरळ होत जातो. घराव्यतिरिक्त असं काही दिसू लागतं. माणसं दिसायला लागतात. एक नवरा ह्या नात्याला चिकटलेली इतर नाती. ती दिसू लागतात आणि घराचं सौंदर्य धूसर होऊ लागतं. मग नवराच दिसू लागतो. जो आधी धड दिसला नव्हता किंवा ह्या घराच्या भूलभुलैयात त्याच्याकडे बघितलंच नव्हतं. आता तो स्पष्ट दिसू लागतो आणि घर अदृश्य होतं. जे तितकंच सुंदर असतं. हवेशीर, प्रकाशमान; पण आता अंधारात गडप झाल्यासारखं आणि प्रकाशमान होतो तो फक्त नवरा! त्याचं खरं रूप दिसल्याचा आनंद मानायचा का रे? की मग नंतर आपण एक एक पायरी उतरत उतरत अगदी तळागाळाला गेल्याचं दुःख?'

'वै, दोन्ही आपणच ना? मग आनंदही मानू नकोस आणि दुःखही! जसं सगळेच म्हणतात की, डोंगराच्या टोकावर पोहोचलेल्याचं पुढलं पाऊल हे खालच्या उतरत्या दिशेनेच पडतं, तसंच तळागाळाला गेलेल्याचं पुढचं पाऊल हे वरच्या दिशेनेच पडणार!'

'तशी मला वरची दिशा मिळाली किंवा माझं तळागाळातलं पाऊल वर नेणाऱ्या पहिल्या-दुसऱ्या पायरीवर पडलंय, असं तुला वाटतं?'

'अर्थातच!'

'मग तसं इतरांना का वाटत नाही?'

'ते इतर कुठल्या पायरीवर उभे आहेत की, तळागाळातच फिरतायत हे तुलाच काय त्यांना तरी माहीत आहे का? आपण आपला 'चढ' बघावा.

'हे इतकं सोपं आणि सहजसाध्य आहे?'

'आय डोंट नो दॅट! पण प्रयत्न करायला काय हरकत आहे?'

'हो.'

'प्रयत्न करायलाच हवा. आपला आपल्यासाठी. नक्कीच!'

वैष्णवीला उभारी आली. मिहीरच्या हातावर हलकंसं थोपटून ती बाहेर पडली. तिने मागे वळून बघितलं नाही, ते मिहीरला आवडलं. हलकंसं हसत

त्याने घराचं दार बंद केलं.

उशीर झाल्याचं वैष्णवीला जाणवलं. भूक लागल्याचंही जाणवलं. घरी जेवण असेल की नाही याबद्दल ती साशंक होतीच. हॉटेलमधून पार्सल घेऊनच ती घरी गेली.

'तुझा मोबाईल बंद आहे. का?'
'अरे, बॅटरी डाऊन झाली.'
'ही वेळ आहे का घरी यायची?'
'उशीर झालाय. मला माहीतेय.'
'भूक लागली इथे सगळ्यांना..'
'हे बघ पार्सल. वाढतेच. मी आलेच वॉश घेऊन.'

वैष्णवी वॉश घेऊन येईपर्यंत प्रतोष, पुष्पाबाई, सुषमा तिघांचीही जेवणं आणि अन्न संपत आलं होतं. तिच्यासाठी कुणीही थांबलं नव्हतं. ती जेवून आली की नाही, हा– असा प्रश्नही त्यांना पडला नाही. खरकटं आवरता आवरता ती स्वत:शीच हसली. समोर जेमतेम अर्धी वाटी जिरा राईस आणि तीन-चार चमचे डालफ्राय उरला होता. तिने ते चार घास खाल्ले. ती पुन्हा हसली.

तिला जाणवलं. 'आपल्याला राग आला नाही. आपण एक पायरी वर आलो आहोत!'

■

सहा

'प्रतोष, ए प्रतोष...'

'बोल. ऐकतोय मी.'

'सागरची परीक्षा संपून पंधरा दिवस झाले, पण अजून तो आला नाही इथे.'

'येईल.'

'पण कधी?'

'येईल गं.'

'तू फोन कर ना गौरीताईंना आणि सरळ असंच विचार की, कधी येऊ सागरला न्यायला? नाही असं नको विचारूस. त्यांना सांग की, परवाच्या शनिवारी आम्ही त्याला न्यायला येतोय.'

'बरं-'

'आत्ताच कर ना फोन. म्हणजे त्याचं सामान आवरायला, पॅकिंग करायला गौरीताईंना वेळ मिळेल.'

'हो.'

'पेपर काय वाचत बसलायस? बरं, हं, मी नंबर लावलाय. रिंग होते. घे.'

'तू म्हणजे ना...'

'तू आपणहून आधीच फोन करायला...'

'अं, हॅलो. गौरीताई, मी प्रतोष...'

'बोल रे.'

'गौरीताई, कशी आहेस?'

'छान!'

‘अगं, या शनिवारी वैष्णवीला सुट्टी आहे आणि माझ्याही कुठल्या मिटिंग्ज वगैरे नाहीयेत.’

‘त्या असतात तरी कधी रे?’

‘हं, तर असं ठरलं की, सागरला न्यायला येतोय आम्ही!’

‘हं.’

‘काय?’

‘हो. या.’

‘बरं, संध्याकाळी येतो.’

‘या. ठेवते फोन.’

‘काय म्हणाल्या?’

‘या म्हणाली...’

‘इतक्या सहजी?’

‘त्यात आश्चर्य वाटण्यासारखं काय आहे? तिला माहीतच होतं ना, की कधी ना कधी सागर इथे येणारच!’

‘तेही खरंच!’

‘मग?’

‘बरं प्रतोष, मला एक भन्नाट कल्पना सुचली.’

‘बोल.’

‘आपण चौघांनी एखाद्या ट्रीपला जायचं का? राजस्थान, केरळ, काश्मीर.’

‘माझ्याकडे पैसे नाहीत.’

‘पण माझ्याकडे आहेत ना! मुलांना आनंद होईल. दहा-पंधरा दिवस आपण चौघंच एकत्र असू. छान वाटेल. चालेल?’

‘तुझ्याकडे पैसे असतील तर चालेल.’

‘सुषमा ऽऽ, ए सुषमा.’

‘ओ ऽऽ’

‘ये इकडे जरा.’

‘काय?’

‘तुला कुठे जायला आवडेल सांग, राजस्थान, केरळ...’

‘नागपूरला.’

‘सुषमा, आपण चौघं– तू, मी, बाबा, सागर... मस्त फिरून येऊ.’

‘तुला आवडेल तिथे. जाऊ मी?’

‘जा. प्रतोष, ही असं का करते?’

‘ते मला कसं समजणार? बरं, मी जाऊन येतो.’

‘चाललास? कुठे?’

‘काम आहे. मला जरा पाच हजार दे.’

‘पाच हजार? आता?’

‘हो.’

‘आता कुठून आणू?’

‘तुझ्याकडे कार्ड आहे ना? बँकेतून दे काढून! महत्त्वाचं काम आहे.’

‘दहा दिवसांपूर्वीच सात हजार घेऊन गेला होतास, त्यांचं काय केलंस?’

‘कामासाठीच वापरले.’

‘पण?’

‘प्रश्न नको आहेत. दे. उगीच नाट लावू नकोस.’

‘तू काय काम करतोयस हे मला समजायला नको?’

‘नको. काहीही आवश्यकता नाहीये. तू पैसे देणार आहेस की नाहीस हे सांग.’

‘माझ्याकडे नाहीयेत.’

‘अस्सं? ठीक आहे. बघून घेईन.’

‘म्हणजे काय करशील.’

‘मी करून दाखवतो, सांगत नाही.’

‘इतकं आहे तर पैसे कमवून दाखव ना...’

‘दाखवेन, दाखवेनच...’

‘कधी?’

‘कधी? आत्ता, या घडीला. तुझ्याकडे मागितले हेच चुकलं...’

‘खरं आहे.’

‘इतका माज?’

‘कुणाला आहे? मला की तुला?’

‘लाज नाही वाटत? मला माज आहे म्हणतेस? देईन एकच...’

‘बस करा तुम्ही दोघं. मला नाही रहायचं इथे. कशाला आलीस तू? तुझ्या येण्यामुळे मला यावं लागलं. काय दाखवायला घेऊन आलीस इथे मला! तुमची भांडणं? पूर्वी काकूच्या तोंडून ऐकलं आहे सर्व, पण तेव्हा काही कळत नव्हतं खरं की खोटं! आता पटलं. काकू खरं बोलत होती. बरं झालं सागर आला नाही. निदान तो तरी आनंदात आहे.’

अचानक सुषमाला बघून दोघं चकित झाले, खजील झाले. वैष्णवीला समजेना की काय करावं- प्रतोष सरळ घराबाहेरच पडला. चिडलेली, बोलणारी सुषमा वैष्णवीने

प्रथमच बघितली. तिच्या नजरेतून जणू दाह. जो आता तिला जाळून टाकेल.

‘सुषमा...’

‘मला काहीही ऐकायचं नाहीये.’

‘चल, जरा बाहेर जाऊ.’

‘मी कुठेही येणार नाही आणि तुझ्याबरोबर तर नाहीच नाही.’

‘चल. प्लीज. मला बोलायचंय तुझ्याशी.’

‘इथेच बोल.’

‘तुझ्या एकटीशी.’

‘मी एकटीच तर आहे.’

‘चल ना गं! प्लीज! एवढ्यात आई येतील आणि मग बोलताच येणार नाही. चल गं!’

वैष्णवी आणि सुषमा चौपाटीवर वाळूत बसल्या. राखाडी पाणी हेलकावे घेत होतं. संथपणे मागेपुढे होत होतं. त्या पाण्यावर स्थिरावलेली वैष्णवीची नजरही मागेपुढे होत हिंदोळे घेत होती. आपलं आयुष्य तिने सुषमासमोर उघडलं होतं. लहान वयातली हाव, लोभ, आसक्ती, प्रेम, भ्रमनिरास. सर्व. सर्वच. आणि मग कड्यावरून कोसळणाऱ्या पाण्याप्रमाणे कोसळत गेलेलं आयुष्य! जे थांबता- थांबलं नाही. थांबवता आलं नाही. जाग आली ती दाणकन आपटल्यावरच.

‘आत्ता सुषमा काय विचार करत असेल? माझा अजूनच तिटकारा करत असेल की थोडं समजू शकली असेल?’

पाण्यावर रेंगाळलेली नजर उचलून तिने सुषमाकडे बघितलं. सुषमाचा चेहरा कोरा. काहीही न उमटलेला. निदान वैष्णवीला तरी तसं वाटलं.

‘निघू या? आई घरी आल्या असतील.’

‘हो.’

सुषमा झोपली असेल का? ती काहीच बोलली नाही. हरकत नाही. मिहीर, मी आज अजून एक पायरी चढले रे! सुषमाजवळ आयुष्याची कबुली दिली. खूप हलकं वाटतंय आणि त्याच वेळेला असंही वाटतंय की, त्या कोवळ्या मनावर मी कुठला शिक्का मारला? ही खंत मरेस्तोवर रहाणार. कितीही पायऱ्या चढेन, पण... तरीही...

* * *

‘वै, भेटलीस, बरं वाटलं.’

'अगं, मलाच बरं वाटलं. किती दिवस निवांतपणा मिळतच नव्हता.'

'काय ऑर्डर करू?'

'काहीही चालेल. इथे जरा जास्त वेळ बसता येईल, असं काहीही.'

'ठीक.'

'बोल, कशी आहेस?'

'उत्तम. मला खूप मोकळं वाटतंय. काही दिवसांपूर्वी पैशांवरून प्रतोषशी भांडण झालं. सुषमा ऐकत होती. ती अचानक बेडरूममध्ये आली आणि प्रथमच खूप काही बोलली. तिच्या नजरेत तिरस्कार नुसता ठासून भरलेला होता.'

'मग?'

'प्रतोष नेहमीप्रमाणेच पाठ फिरवून निघून गेला. मग मी जबरदस्तीने तिला समुद्रावर घेऊन गेले आणि माझ्या गतकाळाला उघडंनागडं केलं तिच्यासमोर.'

'वै?'

'हो. तोच एक मार्ग होता माझ्यासमोर. मी घर सोडून का गेले? आणि मी आता का परत आले... माझं बालपण. माझा स्वार्थ. सगळं... सगळं...'

'सुषमा कशी आहे?'

'छान आहे. मला वाटतं की, मी जे केलं, बरोबर केलं. ती आता आधीपेक्षा माझ्याशी बरी वागते. निदान दोन-चार शब्द बोलते. क्वचित हसते.'

'हे तर फारच छान!'

'हळूहळू ठीक होईल सर्व. हो ना?'

'नक्कीच!'

'हलकं वाटतंय.'

'आणि सागर?'

'त्या शनिवारी त्याला आणायला जाणार होतो, पण मला वाटतं मुद्दामच गौरी त्याला पिकनिकला घेऊन गेली.'

'तसं नसेल. मला वाटतं की शेवटचं म्हणूनच गौरी त्याला घेऊन गेली असेल.'

'असेलही. आता परवा आणू त्याला. तो आला की पुन्हा सर्व...'

'सागरला काहीही सांगू नकोस.'

'का?'

'वै. तुला एवढं कसं कळत नाही? सुषमा मोठी आहे आणि ती मुलगी आहे. स्त्रीच्या मनाची जाणीव ठेवणारी. तुझे प्रश्न, तुझे क्लेश, तुझ्या इच्छा,

अपेक्षा, स्वार्थ तिला जाणवू-पटू शकतो; पण ही जाणीव एका मुलाला होणं कठीण. आणि तोही इतका लहान आहे अजून.'

'खरं आहे तुझं शमी, पण त्याला जे काही वेडंवाकडं माहीत आहे. माझ्याबद्दल...'

'वेळ दे. त्याला स्वत:ला अनुभव येऊ देत. प्रतोष सुधारणार नाहीच आहे. सुधारला असता तर तुझ्याशी आता तरी वेगळा वागला असता. तुझ्यात झालेला बदल, जो मला जाणवतो, तो त्यालाही जाणवला असता. तू बदललीस. खूपच! आणि म्हणूनच तर तुला आता घर हवंसं वाटू लागलं. मुलं, नवरा, एक कुटुंब!'

'खरं आहे. पण ही जाणीव फार उशिरा झाली गं!'

'कधीच न होण्यापेक्षा जाणीव झाली हे कमी आहे का?'

'नाही. पण...'

'आता हा पण राहू देत. तू तुझं कर्तव्य करत रहा. तू बदललीस म्हणून सगळेच बदलतील असं नाही. अपेक्षा न ठेवता जे काही तुला करावंसं वाटतं ते करत रहा. जॉब चांगला चाललाय ना तुझा?

'छानच! तिथे काहीच प्रश्न नाहीये. आधीही नव्हता आणि आता तर प्रमोशन होतंय. माझ्या डिपार्टमेंटची हेड होणार आहे मी.'

'कॉंग्रॅट्स! आता ही बातमी आधी का नाही सांगितलीस?'

'अगं, लेटर मिळू देत ना! मग...!'

'ठीक आहे. मग मस्त पार्टी! तुझ्याकडून आम्हा सर्वांना! प्रतोष, सागर, सुषमा, मी, विहंग आणि परी!'

'डन!'

'घरी सांगितलंस?'

'नाही.'

'का बरं?'

'तिथे अभिनंदन होणार नाही. पहिला प्रश्न विचारला जाईल तो एकच. पगार किती वाढणार आहे? हा.'

'खरा आकडा सांगू नकोस.'

'तसंच करावं लागणार आहे. चला, निघू या! फार बरं वाटलं तुला भेटून.'

'मलाही. चल.'

'निर्व्याज मैत्री मिळाली ती केवळ शमीची. अखंड साथ! इतक्या सरळ मनाच्या मुलीला विहंगसारखा नवरा मिळावा? आपण जर त्याला थोडी जरी ढील दिली असती, तर कदाचित... छे! विचारही नको. हे सगळे पुरुष असेच

असतात का? अर्थात मिहीर सोडून! तो वेगळाच आहे. आणि पुरुषांना कशाला बोला? हे तर एका स्त्रीवर अवलंबून असतं. तिचा पुढाकार त्यांना तसं वागायला लावतो. मग हा पुढाकार जरा जास्तच वेगळं रूप दाखवतो त्यांचं, जे मग असह्य होतं. मग बोंब मारायला स्त्रिया मोकळ्या! हा आपलाच अनुभव! मान्य करायलाच हवं. ऑफिसर होण्यासाठी, ती जिद्द पूर्ण करण्यासाठी त्या काळात आपण कशा वागलो? कुठल्या शिडीचा आधार घेतला? अॅट व्हॉट कॉस्ट? परमेश्वराने एक देणगी दिलीय या मानवी शरीराची! कुणाचेही छाप या शरीरावर उमटत नाहीत! नाही तर आज प्रत्येक शरीर असंख्य छापांनी बरबटलेलं दिसलं असतं! काळे, पांढरे, सावळे हातांचे, ओठांचे... ठसेच-ठसे! शी:!'

वैष्णवीने करकचून ब्रेक दाबला. तिला जरा घामही फुटला. जे जे विसरायचं तिनं ठरवलं होतं, ते ते सर्व एखाद्या जळूप्रमाणे तिच्या मनाला चिकटून बसत होतं. तिची तेव्हाची लडखडणारी पावलं तिला दिसत राहिली. बरळलेले शब्द कानांवर आदळू लागले. तिचा श्वासोच्छवास वाढला. मोठा मोठा श्वास घेता घेता हळूहळू ती शांत झाली. एक प्रचंड थकवा तिच्या चेहऱ्यावर उमटला. पेटलेल्या मेणबत्तीचं मेण जसं मेणबत्तीच्या अंगावरून थेंबाथेंबाने ओघळत जातं, तसा तिचा चेहरा केसांतून ओघळणाऱ्या बारीक घामाच्या धारेने ओघळायला लागला. ड्रायव्हिंग सीट मागे करून ती तशीच बसून राहिली.

'हे असं हरून चालणार नाही. पुष्कळ लढा द्यायचा आहे अजून. आत्ताशी तर सुरुवात आहे. जे घडून गेलंय, ते आठवून किंवा चुकून आठवलंच तरी खचून जायचं नाही. एक आयुष्य संपलं आणि आता नवीन, दुसरं आयुष्य सुरू झालंय. ते नव्याने जगायचं. काही ना काही हातून चांगलं घडलं असेल कधीतरी, म्हणून स्वामींचे शब्द कानांवर पडले त्या दिवशी! कुठूनशा येत होतो आपण! कुठूनशा? घाबरू नकोस वै, स्वत:पाशी मान्य करताना कचरू नकोस. तुला माहितीये, तू कुठून येत होतीस ते! हो माहितेय. शर्माला भेटून परतत होते. प्रमोशन हवं होतं, गाडी घ्यायची होती, ...तर शर्माला भेटून परतत होतो. भेट पूर्ण झाली नाही. त्याची बायको अचानक घरी आली. शर्माचा चेहरा बघण्यासारखा झाला होता. आपण त्याची ही घबराट मस्त एन्जॉय करत होतो. शर्मा टरकलेला. ऑफिसमध्ये वाघ असलेला शर्मा! दोन-दोन पेग्ज घेऊन झाले होते आणि तिसरा भरत असतानाच समोर- साक्षात मिसेस शर्मा वाघिणीसारखी उभी! त्या वाघाचं माकड झालं. काय हसत होता, तिच्या अवती-भवती करत होता... आपल्याला पुढे काहीही करावं लागलं नाही. प्रमोशन मिळालं आणि गाडीही! पण हे नंतर मिळालं. त्या दिवशी शर्माच्या घरातून खिदळत बाहेर

पडलो आणि चालता चालता खूप गर्दी असलेल्या मैदानापाशी पोहोचलो. एक धारदार, भारदस्त आवाज. बोलणारी व्यक्ती दिसत नव्हती. पण त्या आवाजानं आणि शब्दांनी आपल्यालाही खिळवून ठेवलं. काय बरं शब्द होते? आता नक्की आठवत नाहीयेत. पण ती एक कथा होती. एका लोभी माणसाची... आणि त्या लोभापायी त्याने गमावलेल्या त्याच्या माणसांची... ती कथा ऐकली आणि जादूची कांडी फिरली. घरी पोचेस्तोवर ती कथा सोबत होती. तोच क्षण होता का? आपण वेगळा विचार करू लागलो. तो त्या कथेमुळे? ती जागृती होती का? असेलही!

त्या दिवसानंतर चार-पाच दिवस शर्मा ऑफिसला आलाच नाही आणि जेव्हा आला तेव्हा अगदी नॉर्मल– जणू काही घडलंच नाही. केबिनमध्ये त्याने आपल्याला बोलावून घेतलं...

'येस, हाऊ आर यू?'

'फाइन सर...'

'कमॉन वैष्णवी, चिअर अप्'

'आय ॲम ॲब्सोल्युटली नॉर्मल सर...'

'दॅट्स गुड! लेट्स मीट टुडे. आय विल वेट फॉर यू...'

'नो सर. इट्स ओ के.'

'व्हाय? आर यू नॉट इंटरेस्टेड इन युवर प्रमोशन?'

'येस! आय ॲम! बट ऑन माय क्रेडिट..'

'आय सी! ओ के... ओ के! आय गॉट इट. यू मे गो नाऊ.'

'थँक्यू सर!'

...आणि आपल्याला आपल्या कामाचा मोबदला मिळाला. प्रमोशन आणि ऑफिसतर्फे ही गाडी! स्वच्छ प्रकाशात राहूनही यश मिळतं, हे पहिल्यांदाच अनुभवलं आणि स्वामींना प्रणाम केला.

मग आताच हे सर्व का आठवलं? का खचलो? असं होऊन चालणार नाही. आपण स्थिर राहिलो, तरच आपलं घर स्थिर होईल.

वैष्णवी शांत झाली. ड्रायव्हिंग सीटचं ॲडजेस्ट बटण दाबून तिने सीट सरळ केली. टिश्यू पेपरने घाम पुसला. पर्समधून परफ्यूम काढलं आणि स्वत:वर स्प्रे केलं. ओठांवरून हलकीशी लिपस्टिक फिरवली. गाडी स्टार्ट केली आणि संध्याकाळच्या ट्रॅफिकमध्ये एका गाडीची भर पडली.

* * *

‘सागर, ए सागर.’

‘काय आहे? कशाला हाका मारतेस?’

‘तयारी केलीस का? सामान भरलंस?’

‘भरेन नंतर. मी व्हिडीओ गेम खेळतोय आणि मला भूक लागलीय, खायला दे.’

‘आता तिथेच जाऊन खा. येतेय ना तुला न्यायला, जा...’

‘तू रागावलीस? नको ना रागावूस.’

‘मी रागावले. तरी काही फरक पडणार आहे का? तू जाणारच ना?’

‘मग मी काय करू?’

‘नाही का नाही म्हणालास? मी नाही येणार असं ठणकावून का नाही सांगितलंस?’

‘तू रडू नकोस ना! मी इथेच तर आहे. रिक्षाने अर्ध्या तासात येईन तुझ्याकडे.’

‘पण तुला का जायचंय तिच्याकडे! इथे तुला काही कमी आहे का? तुला हवं ते सर्व देते ना मी?’

‘हो. पण... पण... सुषमा.’

‘ताई म्हण तिला.’

‘तेच. ताई एकटीच आहे ना तिथे. तिच्यासाठी म्हणून जातोय.’

‘बरोबर आहे. ही सगळी तुमची रक्ताची नाती! ती शेवटी एक होणारच. हं! आवर. काय हवंय खायला?’

‘मॅगी.’

‘संपलीयेत पाकिटं.’

‘आण ना प्लीज.’

‘आणते. आता असा हट्ट करणारं कुणी नसेल घरात. कुणाचे लाड करणार मी आता? आज तू जाणार इथून. मग... कधी बघेन तुला?’

गौरीचे डोळे भरून आले. ती सागरच्या खोलीतून बाहेर पडली. तिचा जीव नुसता वर-खाली होत होता. उमाळेच्या उमाळे येत होते. त्याचा हा शेवटचा हट्ट. मॅगी आणायला हवी. खाऊ दे पोराला पोटभरून.

सागरचं खाणं होईपर्यंत गौरीने त्याची बॅग भरली. त्याला आवडणाऱ्या पदार्थांनी डबे भरले. गाडीचा हॉर्न वाजला तशी ती थरथरायला लागली... जयू आत्ता घरात हवा होता. सकाळी त्याला म्हटलंसुद्धा की, जाऊ नकोस आज ऑफिसला. तरीही गेला.

‘जयू, आज घरीच थांब ना. सागर जाणार आहे आज. कायमचा.’

‘ठाऊक आहे. पण मला जायला हवं.’

‘का?’

‘गौरी, या दिवसाची मानसिक तयारी आपण केली आहे. आपल्या दृष्टिकोनातून तो आज नाही तर जेव्हा तुला प्रतोषचा पहिल्यांदा फोन आला तेव्हाच तो गेलेला होता. सागर खरंच त्या दिवशीच गेला. आज फक्त कृती होते आहे.’

‘म्हणूनच मला तुझी गरज आहे ना! ही कृतीच त्रासदायक, क्लेशकारक...’

‘आणि उद्याचं काय? उद्या... हा त्रास, क्लेश संपणार आहे?’

‘नाही. कधीच संपणार नाही.’

‘तरीही आपण दोघे जगणार आहोत आणि हे दुःख उराशी बाळगून आपापली कामं करणार आहोत. करायलाच हवीत.’

‘हो.’

‘मग त्याची सुरुवात आजपासून - आत्तापासून होऊ देत. तू खंबीर होणं आवश्यक आहे.’

पुन्हा हॉर्न वाजला आणि गौरी भानावर आली. सागर बाल्कनीत धावला. वैष्णवी खालूनच त्याला बोलवत होती. सागरचं सामान नेण्यासाठी ड्रायव्हर वर आला. सर्व सामान नेलं गेलं आणि हॉल एकदम रिकामा झाला.

‘आई, जातो. फोन करेन आणि भेटायला पण येईन.’

गौरीने सागरला घट्ट मिठी मारली.

सागर गेला आणि गौरी खचली. रिकाम्या घरातून फिरत राहिली. सागरची बेडरूम पुन्हा पुन्हा स्वच्छ करत राहिली. रिकामं कपाट, रिकामं टेबल, पलंगाखालची जागाही रिकामी. तरीही टेबल, कपाट पुसत राहिली. काय करावं, कुठे जावं? मग थकली आणि खोली– घराप्रमाणेच तीही रिकामी झाली. अनेक वेळा वाचनात आलेला शब्द ‘पोकळी’! कुणाच्या तरी जाण्याने ‘आयुष्यात पोकळी निर्माण झाली’. ह्या पोकळी शब्दाचा अर्थ तिला आता समजला. न राहवून तिने अल्बम काढला. त्यावरची धूळ झटकली. नऊ महिन्यांचा सागर तिच्याकडे बघून हसत होता. ते रुपडं बघून तिलाही हसू आलं. वाटलं, वैष्णवीने सागरला हिरावून घेतलं, पण हा सागर तिच्याच जवळ राहिला आणि तो कायम तसाच राहणार, तिच्या जवळ!

* * *

‘आज ऑफिसच्या कामात लक्ष लागत नाहीये. सागर एव्हाना गेला

असेल. गौरी घरात एकटीच असेल. तिला जाणूनबुजून एकटं सोडून आलो आपण. चूक केली का? तिला माझी गरज असतानाही मी थांबलो नाही. का वागलो मी असा? पण, तिला खंबीर होण्यासाठी सांगत आलो आणि मी स्वत: कुठे खंबीर आहे? बायकांमध्ये सहनशक्ती जास्त असते. ती या दु:खातून बाहेर पडेलही. निदान रडून, आक्रोश करून त्या वेदनांना ती वाट मोकळी करून देईल. पण माझं काय? माझ्यात तेवढी सहनशक्ती नाही. मी तो प्रसंग पाहूच शकलो नसतो. ऑफिसातून परतल्यावर मिठी मारणारे हात, हट्ट करणारा, घर जागं ठेवणारा सागर घर सोडून जातोय. मी नसतो बघू शकलो. आतून मन ओरडतंय, 'थांब सागर, नको जाऊस.' एव्हाना गेला असेल. मला एक, फक्त एक मूल असतं तर? त्यापेक्षा जास्त आनंद कशातच नसता. मला एखादं मूल... मला देवाने पुरुष का नाही केलं? मी असा अर्धवट का आणि कशासाठी जगतोय? एक मूल हवं... शास्त्र एवढं पुढे गेलं आहे. होईल का काही जादू माझ्याबाबतीत? कसा काय घरात राहणार होतो मी आज तुझ्यासाठी गौरी? मला माझं नपुसंकत्व पुन्हा प्रकर्षाने जाणवलं असतं तुझ्या वेदना बघून! आई होण्यासाठी तळमळणारी तू, सागरच्या सहवासात सर्व विसरली होतीस. आज ते पुन्हा उसळी मारणार आणि मी षंढासारखं बघत राहणार. होय, मी पळपुटा आहे. नाही माझ्यात हिंमत सत्याला सामोरं जाण्याची. मी पळालो घरातून, पण गौरी खरंच सांगतो, मी नुसता बसून आहे इथे. निष्क्रिय, थंड, षंढ!

* * *

'वेलकम होम.'

'आला का माझा राजा.'

'हाय सुषमाताई.'

'अरे, सामान तर घे आत.'

'तू घे ना.'

'मी एकटी कसं आणणार एवढं? चल, तू दोन बॅग्ज घे. सुषमा, तूही ये.'

'ड्रायव्हर आहे ना. तो आणेल. बस तू ताई. मी तुला गेम दाखवतो माझा.'

'प्रतोष कुठाय?'

'गेलाय बाहेर.'

'आत्ता? त्याला माहीत होतं ना की आम्ही येतोय, सागर येतोय.'

'ते काही मला माहीत नाही.'

'पण आई.'

'ते तुमचं तुम्ही बघा आणि सागर इथेच तर आहे आता. भेटेल रात्री. त्यात काय एवढं?'

वैष्णवी यावर काही बोलली नाही. हात सामानाच्या वजनाने जड झाले होते. सागर. सुषमा, पुष्पाबाई कुणीही सामान घेण्यासाठी पुढे आलं नाही. ती सामान घेऊन बेडरूममध्ये गेली. एका कोपऱ्यात तिने ते ठेवलं. सर्व सामान आणायला तिला दोन खेपा घालाव्या लागल्या. शेवटची बॅग तिने बेडरूममध्ये ठेवली. दम घ्यायला तिथेच बसली.

'ही माझी बेडरूम?'

'हो.'

'आणि ताईची?'

'हीच.'

'आम्ही दोघं एकाच बेडरूममध्ये? मला नाही जमणार. आईकडे मला वेगळी, एकट्याची बेडरूम होती.'

'हो. कारण तिथे तुम्ही तिघंच होतात आणि इथे आपण पाचजण आहोत. त्यामुळे...'

'ते काही मला माहीत नाही. मला रूम शेअर करायची सवय नाही.'

'इथे ती सवय करून घ्यावी लागेल.'

'मग मी इथे राहणारच नाही. मी जातो आईकडे.'

'तू इथेच राहणार आहेस आता... तेव्हा...'

'ममी, मी बोलते त्याच्याशी... तू जा.'

वैष्णवी तडकूनच बेडरूमबाहेर पडली. तिला समजेना की, सागर इतका हट्टी कसा? असं कसं वाढवलं गौरीने त्याला? ती तिच्याही नकळत गौरीला दोष देऊ लागली आणि मग अचानक थांबली.

'मी गौरीला दोष का द्यायचा? तिची काय चूक? चुकले तर मीच. सागरला ह्या माणसांच्या हातात द्यायला नको होतं. मुलांना कसं वाढवायचं याचा तिला, जयूला अनुभव कुठे आहे? आणि त्याहीवेळेस अनुभव नव्हताच. खूप ऐकून होतो की सागर हट्टी आहे, पण इतका? त्याला सरळ करायलाच हवं.'

'किती फेऱ्या मारतेस?'

'हं.'

'काय झालंय?'

'सागर आज घरी येणार हे तुला माहीत होतं ना प्रतोष?'

'हो. मग?'

'तू माझ्याबरोबर त्याला आणण्यासाठी आला तर नाहीसच, पण घरातही थांबला नाहीस.'

'काम होतं आणि सागर इथेच तर असणार आहे आता. कधीही भेटू शकतो.'

'म्हणून तू...'

'आता भेटतो की!'

'भेट जा. बसलाय तिथे हट्ट करत. साहेबांना स्वतंत्र खोली हवी आहे. नाही दिली तर पुन्हा गौरीकडे जाईन अशी धमकी देतोय.'

'असं? बघतो.'

'ममी ऽऽ'

'ममी, मी राहीन ताईबरोबर.'

'काय?'

'हो. आम्ही दोघं त्या बेडरूममध्ये...'

'खरंच? शहाणं गं माझं लेकरू.'

'ताईसाठी राहणार आहे तिथे मी. फक्त ताईसाठी!'

'बरं.'

'माझं सामान लाव सगळं.'

'आत्ता लावते. त्यापेक्षा असं करू या का? दोघं मिळून लावू.'

'मला नाही येत.'

'बरं चल. मी लावते.'

'हं, सांग, कुठलं कपाट हवं तुला?'

'आरशाचं.'

'बरं. सुषमा, तू ये मदतीला.'

'मला ताईबरोबर खेळायचंय.'

'बरं. जा खेळा.'

'पत्ते कुठायेत?'

'पत्ते? मला नाही माहीत. आहेत की नाहीत हेही माहीत नाही. आजीला विचार.'

'ती झोपली!'

'मग उठल्यावर विचार.'
'मी उठवतो तिला.'
'नको.'
'पैसे दे. मी पत्ते आणतो.'
'सागर...'
'दे ना.'
'बाबांकडून घे.'
'ते तर लांब आहेत.'
'लांब? शेजारच्या खोलीतच तर आहेत.'
'ते बाबा नाहीयेत. ते डॅडी आहेत.'
'बरं बाबा, डॅडींकडून घे.'

दोघं खोलीबाहेर गेली तसं वैष्णवीला बरं वाटलं. सुषमा न बोलता शहाणी आणि सागर...
'डॅडींकडे पैसे नाहीयेत.'
'कधी असतात? चल. मी देते.'

पाचजणांचा नास्ता, जेवण, चहा-पाणी, स्वत:ची तयारी आणि मग धावतपळत ऑफिस गाठणं. दिवसभर काम करायचं ते मेंदू शिणेपर्यंत. पुन्हा घर गाठल्यावर शांतता नाहीच. साध्या, छोट्या छोट्या गोष्टींसाठी चारही जणं वैष्णवी यायची वाट बघत रहात. मग ते गॅस बुक करायचा असो, इलेक्ट्रिक-फोनची बिलं भरणं असो, नाही तर जेवण काय बनवायचं असा प्रश्न असो.

वैष्णवीला समजेनासं होई की, ती नसताना ही कामं कोण करत होतं? आणि जर करत होतं तर आता का नाही केली जात? पुष्पाबाई, प्रतोष, सागर, सुषमा जाणून-बुजून असं वागतात हे तर पक्कं! पण का? हा प्रश्न सुटत नाही. खूप राग येतो, हताश व्हायला होतं, वाईट वाटतं आणि मग तिची तिलाच चीड येते की, हा निर्णय तिने का घेतला? एकटी, स्वतंत्र राहात होती, ते काय वाईट होतं? पण आता माघार घेऊन चालणार नव्हतं. आहे, हे असं आहे, हे मान्य करायलाच लागणार होतं तिला आणि या नाइलाजाचाच तिला अतिशय त्रास होत होता.

'हॅलो, मी शमी.'
'हो गं! नुसत्या 'हॅलो'वरून ओळखते मी तुला. बोल.'

'काय बोलू? परवा परीचा वाढदिवस होता. आली नाहीस तू. रागावली तुझ्यावर.'

'ओ: माय गॉड! अशी कशी विसरले मी?'

'मला तेच आश्चर्य वाटतंय. असं पहिल्यांदाच घडतंय.'

'सॉरी गं! खरंच सॉरी.'

'मला सॉरी म्हणू नकोस. घरी ये आणि परीचा रुसवा घालव.'

'आजच येते. आम्ही चौघं येतो.'

'छानच! ये. वाट बघते.'

वैष्णवीला बरं वाटलं. चौघं असे प्रथमच ते कुठे जात होते. सहजासहजी यायला तयार नव्हते तिघं, पण नंतर त्यांनी होकार दिला. पुष्पाबाईंसाठी जेवण तयार केल्यानंतर वैष्णवी बाहेर पडली.

'या ऽऽ'

शमीने मनापासून सर्वांचं स्वागत केलं. सागर, सुषमाला ती प्रथमच भेटत होती. लहानपणचे दोघं आणि आत्ताचे दोघं. खूप फरक होता.

'परी कुठाय?'

'रुसून बसली आत.'

'आत्ता जाते आणि तिला हसवत हसवत घेऊन येते. सुषमा, ते गिफ्ट दे.'

आणि खरंच पाच-दहा मिनिटातंच दोघी हसतहसत बाहेर आल्या.

'हं, तर ही परी! आहे की नाही नावाप्रमाणे परी? आणि परी, ही सुषमा, आणि हा सागर'

'हाय ऽऽ'

'तुम्ही खेळा आता.'

'खेळू?'

'हो. जा गं सुषमा. सागर तूही जा.'

'मी नाही मुलींशी खेळत.'

'सागर, अरे...'

'राहू दे ना. त्याला नाही जायचं तर नको जाऊ दे.'

'अरे, पण प्रतोष...'

'प्रत्येक गोष्टीत तुझा अट्टहास का?'

'वै, राहू दे!'

'अगं! बरं. सुषमा तू...'

'मी लहान नाहीये खेळ खेळायला.'

'वै, राहू दे म्हटलं ना!'

'विहंग...'

'येतोय फ्रेश होऊन. काय घेणार तुम्ही?'

'येऊ दे विहंगला. मग बघू. तोपर्यंत मी जरा इथेच खाली जाऊन येतो.'

'परी, मग वाढदिवसाला काय काय केलं?'

'मावशी, मजा आली. चल तुला गिफ्टस् दाखवते. चल ना ऽऽ'

'हो, आले आले, चल.'

'वै तू जा. मी आहे सागर-सुषमाबरोबर.'

आतून हसण्याचे, मस्ती केल्याचे आवाज येत होते. सागर-सुषमा गप्प बसून होते. विहंग– प्रतोष ड्रिंक्स घेत बसले होते आणि शमी जेवण्याची तयारी करण्यात गुंतली.

'मी का आले इथे? ममी मस्त हसते परीबरोबर. परी! किती सुंदर! आणि मी? कुणी तसं बोलून दाखवलं नाही, पण नजरा समजतात मला. लहानपणापासून ह्या नजरा ओळखता यायला लागल्यात. इथे पण. ही शमी ना? हो. फक्त शमी. मावशी कशाला म्हणायचं. ममीने ओळख करून दिली तर नुसती बघत राहिली माझ्याकडे. सागरपण माझ्यासारखाच दिसतो, तर त्याच्याकडे कुणी तशा नजरेने बघत नाही. मग मलाच का? ममी इतकी चांगली वाटते परीला? मग आपल्याला का नाही वाटत? पपासुद्धा तसे परकेच वाटतात. भीती वाटते दोघांची. जेव्हा भांडतात तेव्हा तर पळून जावंसं वाटतं. पपा किती शिव्या देतात आणि ममी किती बोलते. का आली ही परत? किती छान होते मी नागपूरला. काकू कधीकधी वेगळं वागायची. पण काका सांभाळून घ्यायचे. परत जाता येईल का नागपूरला? नलू, तन्मय खूप जवळचे वाटतात. अगदी सागरपेक्षाही जवळचे! सागरचं तर काही समजतच नाही. सारखी धमकी देत असतो. 'मी निघून जाईन हं आईकडे.' असं सारखं म्हणत रहातो. तो गेला तर - मी काय करायचं?...'

'अगं, सांडतंय अंगावर, लक्ष कुठाय तुझं?'

'अं...'

'नीट जेव.'

सुषमा ओशाळली. इथून लगेचच निघून जावं. आत्ताच्या आत्ता...

'मजा आली गं शमी. खूप छान झाला बेत आणि माझी परी पण हसली. हसली ऽऽ ती...'

'फसली!'

'बरोब्बर. परी, तू ये आता माझ्या घरी.'

'कधी?'

'मी सांगेन तुला. ठीक आहे! निघू आता?'

'अच्छा मावशी ऽऽ'

'मी चालवतो गाडी.'

'नको प्रतोष. तुला ड्रिंक जास्त झालंय.'

'उगीचच नाटक करू नकोस. माहितेय तुझी गाडी आहे आणि तू मालक आहेस. पण मी तुझा मालक आहे. चावी दे.'

'प्रतोष, रस्त्यावर उगीचच तमाशा नकोय आणि गॅलरीतून शमी, विहंग उभे असतील. पहात असतील. तू बस शांतपणे गाडीत. मुलांनो, चला बसा.'

'ए ऽऽ, जास्त बोलायचं नाही. चावी दे.'

'प्रतोष, तुला तुझा तोल सावरता येत नाहीये आणि तू गाडी... नाही. गाडी तू चालवायची नाहीस. शिवाय ड्रिंक्स घेतल्यावर गाडी चालवणं हा गुन्हाही आहे.'

'मला शिकवू नकोस.'

'प्लीज, तुम्ही भांडू नका. डॅडी, तुम्ही बसा ना. ममीला चालवू देत.'

'तू सुषमा, गप्प..'

'ममी, डॅडीला बसवू या. ये ना, मला मदत कर. सागर..'

'हॅट, मला दारूचा वास आवडत नाही. बाबा दारू पित नाहीत. मला सवय नाही.'

'सोडा मला. मी - मी - बसेन एकटा. सोडा.'

वैष्णवी शांतपणे गाडी चालवत होती. गाडीत बसल्या बसल्या घोरणाऱ्या प्रतोषकडे तिने एकदा बघितलं. सागर, सुषमा शांत बसले होते मागे. संपूर्ण संध्याकाळ कसलाही आनंद त्यांच्या चेहऱ्यावर तिने बघितला नाही. दोघं काहीही बोलत नव्हती. आत्ताही आणि शमीकडे असतानाही! मधूनच तिला विहंगची नजर आठवली. जेवताना आणि त्याही अगोदर. गॅलरीत उभं राहून जेव्हा तो प्रतोषबरोबर ड्रिंक घेत होता तेव्हाही - त्याची नजर आपला पाठलाग

करते असं वाटत होतं. एकदोनदा नजरानजर झालीही. तेव्हा त्याच्या नजरेत एकच प्रश्न होता, 'हा असा तुझा संसार? हेच हवं होतं तुला?'

मला हे असं आयुष्य हवं होतं? का घेतला मी निर्णय परतून येण्याचा? स्वामींचे शब्द आणि हवीहवीशी वाटणारी सुरक्षितता! काय म्हणाले होते स्वामी? ते सांगत होते की, 'काही शब्दांचा अर्थ वेगळा सांगावा लागत नाही. आई, असं म्हटलं की माया, ममत्व, प्रेम. कुणाची तरी आई फार मायाळू आहे, असं विधान जेव्हा कुणी करतं, तेव्हा आई या शब्दाचा पराभव होतो. आई ही मायाळू, ममत्व देणारी अशीच असायला हवी. त्या एका शब्दात हे सर्व अर्थ दडलेले आहेत. ज्या स्त्रीमध्ये हे भाव नाहीत, ती 'आई' नाहीच. इतर अनेक वस्तूंना जन्म देणाऱ्या एखाद्या कारखान्यासारखी! मानवरूपी वस्तू निर्माण करणारी एक फॅक्टरी!'

चटका बसला होता हे ऐकून. मी फॅक्टरी? सागर, सुषमाची फॅक्टरी? नाही. मी आई आहे. मी त्यांना सोडून गेले, पण नसते गेले तर कदाचित जिवंत राहिले नसते. आज जे मी त्यांना देऊ शकते, इच्छिते, ते कधीच देता आलं नसतं. पण आज तरी मी त्यांना खरंच काही देऊ शकत्ये का? मी माझ्या आईला आईच म्हणते, ती कधी ममी झाली नाही आणि आज मी ममीची आई होऊ शकत नाहीये. आणि प्रतोष?...

मी ममीची आई होईन. प्रयत्न करेन. सर्व काही...

रात्री उशिराने वैष्णवी मुलांच्या बेडरूममध्ये गेली. दोघं शांत झोपले होते. तिने दोघांच्या डोक्यावरून हात फिरवला. तिचं मन भरून आलं. तिची छाती भरून आली. 'काळाचं चक्र उलटं फिरावं, दोघांनी पुन्हा लहान व्हावं. त्यांना घट्ट छातीशी धरता यावं. हा मधला काळ पुसून टाकावा, आठवणींतून कायमचा पुसला जावा, आई व्हावं...'

सागरने तिच्या कमरेवर झोपेतच हात टाकला. अस्पष्ट म्हणाला... 'आ ई' तिचे डोळे भरून आले. तिने त्याला कुशीत घेतलं. हा स्पर्श खूप सुंदर होता. आश्वासक, निरागस.

'मी एक पायरी पार केली. मी अजून एक पायरी वर आले...'

■

सात

‘अरे सागर, तू? ये ये. किती छान वाटलं रे.’

‘पापी घेऊ नकोस ना आई. मी मोठा झालोय ना!’

‘अस्सं! दोन महिन्यांत मोठा झालास होय? पण, खरंच, मोठा झालाच आहेस. किती उंच झालायस.’

‘आत तरी येऊ देत नीट. ये ये म्हणतेस आणि दारातच उभं ठेवतेस.’

‘लक्षातच आलं नाही रे. ये, घर तुझंच तर आहे.’

‘नक्की?’

‘हे असं का विचारतोयस?’

‘मला यायचंय परत.’

‘खरंच?’

‘हो.’

‘वाईट वागते ना ती?’

‘कोण?’

‘तीच. छळते का रे?’

‘हो. सारखं सांगत असते. हे करू नको, असा वागू नकोस. हे खायचं नाही, जाड होत चाललायस... मी जाड झालोय?’

‘नाही रे. किती वाळलायस. मी देते ना. काय हवं सांग तुला. भूक लागली? इडली, पोहे, मॅगी, भेळ... काय हवं?’

‘आलू परोठे.’

‘आत्ता करते.’

‘मी माझ्या खोलीत आहे. तयार झाले की हाक मार आणि बुंदी रायता पण हवा.’

‘हो. हो, करते ना. तू जा.’

गौरी आनंदली. अचानक सागरला दारात बघून तर अगदी हरखून गेली. पटापट बटाटे शिजवायला लावले. साडी सारखी करत करतच खाली उतरली. सहकार बाजारातून खाऱ्या बुंदीचं पाकीट, दही आणलं. हे करता करताच जयूभाऊला फोनही केला. तिच्या आवाजातला उत्साह, तिचा आनंद फोनमधून जयूपर्यंत झिरपत गेला. टेबल व्यवस्थित लावून झालं आणि गौरी सागरच्या खोलीत गेली. सागर त्याच्या नेहमीच्या सवयीप्रमाणे बुटांसकट बेडवर पालथा पडला होता. सागर इथे असताना या त्याच्या सवयीवरून कित्तींदा गौरी त्याला ओरडली होती, पण आज ती शांत होती. त्या बेडवरची ती चादर आता धुवायला मिळणार होती.

‘सागर, ए सागर, चल. परोठे, रायता तयार आहे.’

‘मस्त झालेत परोठे. अजून दे.’

‘खा बरं, अगदी पोटभर जेव. काय रे, ती बया तुला जेवायला घालते की नाही?’

‘तसं घालते गं, पण सारखी बोलत असते. भाजी पण खायला लावते.’

‘तू तुला हवं तेवढं आणि हवं तेच खात जा. खाण्यावरून काय बोलायचं?’

‘मी जाम ऐकत नाही. पण...’

‘अगदी बरोबर करतोस तू. सख्ख्या मुलाच्या आवडीनिवडी माहीत नाहीत आणि म्हणे ही आई...’

‘ए, आई तू आहेस. ती ममी आहे.’

‘हो रे! माझं लेकरू ते. आता आलाच आहेस तर रहा चांगला.’

‘आई, मला न तुझी खूप आठवण येते.’

‘खरंच?’

‘हो गं. पण ना मला काहीच करता येत नाही.’

‘म्हणजे?’

‘कसा भेटू तुला? तू का नाही येत मला भेटायला?’

‘ती बया असते ना तिथे. मी नाहीच येणार.’

‘मग तुझ्याशी बोलू कसा? भेटू कसा?’

‘बोलायला काय कठीण? फोन आहे ना!’

‘फोन? लॉक असतो.’

‘का रे?’

‘मला काय माहीत?’

‘अरे, मग बाहेरून फोन करायचा.’

‘नेहमी पैसे कुठे असतात माझ्याकडे?’

‘बाबांकडे माग.’

‘बाबा! ते तर ममीकडून घेतात. आणि ते बाबा नाहीयेत. ते ‘डॅडी’ आहेत.’

‘मग बाबा?’

‘बाबा, म्हणजे माझे बाबा, इथले बाबा.’

‘लेकरू गं माझं!’

‘तुझ्याशी, बाबांशी बोलताही येत नाही.’

‘पोर गं माझं! कशाला आली ही म्हैस परत...’

‘आई, आयडिया!’

‘काय?’

‘तू मला मोबाईल दे ना घेऊन. अगदी साधा असलेला. बोलता आलं पाहिजे, बास!’

‘असं म्हणतोस! खरं आहे रे तुझं. मलाही बोलावंसं वाटतं अनेकदा तुझ्याशी.’

‘हो ना?’

‘हो. खरंच?’

‘जाऊ या आपण? घेऊ या आत्ताच?’

‘आत्ता?’

‘हो. मला घरी जावं लागेल ना! न सांगता आलोय.’

‘तुझी इच्छा नाही, तर नको जाऊस. मी करते आईला फोन.’

‘आजी रहाच म्हणेल. पण मग ममी सगळा राग काढेल ताईवर. ती एकटीच...’

‘बरं, चल तर. लवकर पोहोच घरी. आणि मला फोन कर पोहोचलास की.’

‘फोन?’

‘अरे हो. आजीला सांग ‘मला फोन लावून दे आईला’ असं.’

‘आणि ममी मला बोलू देणार तुझ्याशी? तुझं नाव जरी काढलं तरी चिडते.’

‘थांब, असं करते का ती? चल, तुला तुझा फोन घेऊन देते. तू तुझ्या फोनवरून माझ्याशी, बाबांशी बोलत जा. बिलही मीच भरेन. मग ती काय करते ते बघू. चल.’

* * *

'ताई, ए ताई, सी धिस.'

'मोबाईल?'

'यस!'

'तुझा आहे?'

'मग? माझा आहे.'

'तुला कुणी दिला? ममीने?'

'छॅट!'

'बाबांनी?'

'डॅडी म्हण.'

'डॅडींनी?'

'हॅट!'

'मग?'

'आईने.'

'आत्याने? ती कुठे भेटली तुला?'

'मी गेलो होतो तिला भेटायला. आता बघ धमालच धमाल!'

'म्हणजे?'

'शाळेत भाव खाता येईल.'

'ममी ओरडेल.'

'हॅट! ती का ओरडणार? आई बिल भरणार आहे. तिला समजणारच नाही.'

'सागर, हे बरोबर नाही.'

'तू मॅड आहेस. आता माझी नवीन शाळा असणार. नव्या मित्रांमध्ये मीच भाव खाणार. सॉलिड...'

'मला दाखव ना फोन.'

'बघ. पण चमचेगिरी करू नकोस.'

'नाही करणार.'

'घे.'

'छान, मस्त आहे. मी फोन करू एक?'

'कुणाला?'

'काकाला. नागपूरला.'

'कर बिंधास.'

प्रतोष त्रासलेला होता. त्याचं डील फिसकटलं होतं. ॲडव्हान्स घेऊन,

खर्च करूनही झाला होता. आता पैसे परत करायचे होते तर...

वैष्णवी पैसे देणार नाही. कदाचित देईलही. पण उपकार केल्याप्रमाणे बडबडत राहील. पैसे देऊ शकलो नाही तर ते कसे वसूल करायचे हे लांडग्यांना माहित्ये. साला नावाप्रमाणेच वागेल. लांडगे हे काय सालं आडनाव आहे? आहे. आणि तो लचके तोडेलच. वैष्णवी परतून आली हे चांगलं झालं की वाईट? वाटलं होतं, तिला घरात घेतलंय तर दबून राहील. आपण सांगू तशी वागेल. सालं उलटंच होत चाललंय. आई पण बदलत्ये. पैसा वाट्टेल त्याला नरम करतो. आत्ता, काही महिन्यांपूर्वी तिच्या नावाने सीन क्रिएट करणारी आई, आता एक शब्दही बोलत नाही तिला! तिचा पैसा दिसायला लागलाय आईला. काय करावं? पेग संपलासुद्धा? अजून एक? पैसे? सालं पाकीट रिकामं करतात हे पेग. एकटा होतो तेव्हा बरं होतं. बाटली घ्यायची, शर्टाच्या आत लपवायची. बेडरूमचं दार बंद करून घ्यायचं आणि मग... आपलंच राज्य! आता प्रायव्हसी राहिली नाही. मुलं घरी आली - ठीक आहे. शेवटी मी 'पुरुष' आहे, हे त्यांच्या जन्मामुळे सिद्ध झालं, हे मान्य करायलाच हवं. नाहीतर तो टोके. आपण 'पुरुष' आहोत, बायकोमध्येच प्रॉब्लेम आहे, हे सर्वांना सांगत रहातो. मूल असणं हे पौरुषत्व सिद्ध होण्यासाठी फार गरजेचं आहे. मुलं आली हे बरं झालं, पण त्याआधी वैष्णवी आली. बेडरूम पारतंत्र्यात गेली. पैसा देत नाही, हक्क गाजवते आणि स्वातंत्र्य हिरावून घेते. या तीन गुन्ह्यांमुळे तिला घराबाहेर हाकलली पाहिजे. पण हे कसं शक्य होणार? मुलांना आपलंसं करायला हवं. वा! क्या बात है! आपण त्यांच्या पुढे अगदी गरीब होणं गरजेचं आहे. वैष्णवीशी वाद घालायचा नाही. तिला आपल्याला बोलायला, वाद घालायला उद्युक्त करायचं, पण आपण शांत रहायचं. मुलांना हळूहळू समजेल की, बाप साधा आहे. सर्व ऐकून घेतो, पण बोलत नाही काहीच. सिम्पथी इज बेस्ट सोल्युशन! त्यांना माझी दया येईल. ती आपल्या बाजूने होतील. वा! प्रतोष, चार पेग ढोसल्यावरही टाळकं ठिकाणावर आहे तुमचं! की चार पेग घेतले म्हणून टाळकं ठिकाणावर आलंय?... गंमत आहे. आता घरी जाऊन मस्त ताणून द्यावी.

* * *

'सागर, खरं सांग...'

'ममी खरंच.'

'मला... मला खरं सांग. नाही तर...'

'ममी, आईनेच दिला मला मोबाईल. शप्पथ!'

‘फोन करू तिला?’

‘लावून देऊ?’

‘निर्लज्ज!’

‘ह्यात मी काय केलं?’

‘लाव फोन आणि स्पीकरवर ठेव. ऐकू दे मला ती काय बोलते ते...’

‘हं. वाजतोय. हं आई ऽऽ’

‘अरे सागर...’

‘आई, ममीशी बोल.’

‘मला नाही बोलायचं. आणि कशासाठी बोलू?’

‘तिला वाटतंय मी मोबाईल चोरून आणलाय.’

‘म्हणजे?’

‘म्हणजे घरातून पैसे चोरून.’

‘लाज वाटत नाही तिला? आपल्या पोरावर आरोप करते...’

‘बघ ना...’

‘सांगितलं का नाहीस तिला, की फोन मी दिलाय तुला म्हणून.’

‘सांगतोय, पण तिला खोटं वाटतंय.’

‘धन्य आहे. मुलांशी कसं वागायचं, त्यांना काय बोलायचं हे तिला म्हातारी होत आली तरी समजत नाहीये. चोर ठरवत्ये - शी:’

‘आई, ममी.’

‘नाव काढू नकोस तिचं. सागर, तू आपला सरळ इथे निघून ये बघू - आणि...’

‘मी ठेवतो फोन, नंतर करेन. ममी आली.’

‘काय चोरी आहे का मला माझ्या सागरशी बोलायची? बोल रे तू. तिला सांग, बिल मी भरते फोनचं. उगीचच माज नकोय माझ्यासमोर...’

‘अरे कट का केलास? ऐकू दे ना अजून काय काय बोलते ते.’

‘तुझी खात्री पटली ना? जाऊ दे मला आता.’

‘नाही. सागर, मोबाईल वापरण्याचं वय नाहीये तुझं हे. आणि तशी तुला मोबाईलची गरजही नाहीये. तुझं आता अभ्यासात लक्ष हवं. दहावी मस्त पास हो, मी याहूनही चांगला फोन तुला देईन...’

‘गरज नाही त्याची. हा आहे ना. आणि माझी आई मला चार-चार वेळा फोन करते दिवसातून. तिला काय सांगू? निघतो मी. मला उशीर होतोय.’

‘सागर, ऐक...’

'सुषमा तुला माहीत होतं ना हे फोन प्रकरण?'
'हो.'
'सांगितलं का नाहीस मग मला?'
'आजी म्हणाली, गौरीने सागरला दिला फोन तर वैष्णवीचा संबंध काय?'
'असं?'
'हो.'
'हद्द झाली. प्रतोष ऽऽ ए प्रतोष ऽऽ'
'काय? सकाळी सकाळी काय चाललाय आरडाओरडा?'
'म्हणजे तू सगळं ऐकलं आहेस.'
'हं. अर्धवट...'
'संपूर्ण सांगू?'
'नको, झोप येते. एसी ऑन कर आणि दार बंद करून जा.'

ऑफिसला आज जरा उशिरा गेलं तरी चालण्यासारखं होतं, पण तरीही वैष्णवी लवकर घराबाहेर पडली. देवळातून परतलेल्या पुष्पाबाईंकडे तिनं बघितलंही नाही. मागच्या मागे दार धाडकन लावून घेतलं. रस्त्यावर आली. विचारांच्या रहाटात अडकत, अडखळत स्टेशनवर पोहोचली. येणारी प्रत्येक लोकल माणसं ओकत होती आणि त्यांना गिळंकृतही करत होती. वैष्णवीला पाय पुढे टाकवला नाही. 'चढना नहीं है तो बीचमे महारानी की तरहा खडी क्यों है. बाजू हट!' वैष्णवी भानावर आली. परतली. प्लॅटफॉर्मवरच्या एका बाकाच्या कडेला बसली. अनाहूतपणे तिने पर्समधून फोन काढला आणि मिहीरचा फोन खणखणू लागला. 'अजूनही तेच गाणं. कॉलरट्यून म्हणून? अजूनही? तेरी याद हमसफर सुबह-श्याम ऽऽ'

वैष्णवीचे डोळे भरून आले. तिने फोन कट केला. ती स्टेशनबाहेर आली. दिशाहीन अवस्था. कुठे जावं, काय करावं हे तिला कळेना. एरवी टेचात चालणारी वैष्णवी, पाय फरपटत चालत राहिली.

मोबाईल बराच वेळ वाजत राहिला. कट झाला. पुन्हा... वैष्णवीला रिंग ऐकू आली.

'येस मॅडम! मिस कॉल क्यूं दे रही हो?'
'अरे मिहीर... सॉरी... म्हणजे, चुकून लागला तुला फोन.'
'असं? बरं, लागला तर हॅलो तरी म्हणायचं? एनी वेज, काय चाललंय? कैसी हो?'
'मस्त!'

'झूठ!'

'सच!'

'मिलते है...'

'कब? आत्ता?'

'आत्ता? वै, मी ऑफिसात आहे. आणि...'

'या! आय कॅन अंडरस्टँड! माझीही एक मीटिंग आहेच. तिथेच जाते.'

'वै, मी येतो भेटायला. कुठे भेटतेस?'

'अं?'

'खैबरमध्ये पोहोच. अर्ध्या तासात. ओ के?'

'हं.'

हा मनकवडा आहे. आजही त्याला माझ्या मनातलं सगळं ओळखता येतं. ही रिअली नोज मी... का नाही लग्न केलं ह्याच्याशी? प्रतोषला डिव्होर्स का नाही दिला? कशात इतकी गुंतले होते की, डिव्होर्सचा विचार केला नाही? आणि आता मिहीरकडे तरी का जाते? का भेटते त्याला?

'वेल कम मॅडम.'

'हे मॅडम मॅडम काय लावलयंस मिहीर?'

'बस. ऑर्डर देऊन झालेली आहे. त्यामुळे नो डिस्टर्बन्स - बोल.'

'काय बोलू?'

'जे जे सांगण्यासाठी सकाळी फोन केलास आणि नंतर कट केलास, ते ते सर्व...!'

'मिहीर तू...'

'बोल ना!'

'काहीही होत नाहीये बरोबर. सर्व चुकतंय. अगदी सुरुवातीपासूनच. प्रथम मी घरी गेले ना तेव्हापासूनच...'

'तू प्रत्येक वेळी हेच सांगतेस.'

'मग दुसरं काय सांगू? नवीन काही घडतच नाही. जरा समजवायला जावं, तर उलटून बोलतो.'

'कोण?'

'सागर! त्या गौरीने नको इतकं लाडावून ठेवलंय. तो तिचा फायदा घेतोय, इतकंही तिला कळत नाही. सतत माझ्या विरोधात बोलत असते त्याच्याशी. हे बघ, मला मान्य आहे की, माझी चूक झाली. पण आता सुधारत्ये ना मी! सुषमा न बोलून विरोध दर्शवते. प्रतोष दुर्लक्ष करून विरोध दर्शवतो. आणि सासुबाई

असहकार करून विरोध...’

‘हे तर होणारच होतं. तू तशी मनाची तयारीही केली होतीस...’

‘हो. पण मनाची तयारी करणं आणि प्रत्यक्ष अनुभवणं यात फरक आहे ना?’

‘आहे ना! मी समजू शकतो. बट यू हॅव टू फेस द रिॲलिटी... अँड यू कॅन...’

‘आपल्या प्रयत्नांना जर समोरून तसाच प्रतिसाद मिळाला, तर प्रयत्न करायची उमेद वाढते.’

‘किती वर्षं दूर राहिलीस मुलांपासून? प्रतोषपासून?’

‘तेरा की चौदा?’

‘आणि इतक्या वर्षांचा दुरावा सात-आठ महिन्यांत संपेल?’

‘नाही.’

‘मग झालं तर!’

‘काय?’

‘निदान तीन-चार वर्षं तरी होऊ देत... मग बघू.’

‘तोपर्यंत मी टिकेन?’

‘व्हाय नॉट? चढलेली पायरी उतरायची नाही. एक वेळ त्याच पायरीवर मुक्काम केलास तरी चालेल.’

‘मिहीर...’

‘येस, माय लव्ह. चढायची इतकी घाई नको.’

‘हं!’

वैष्णवीला बरं वाटलं. मळभ दूर झाल्यासारखं. तिने पुन:पुन्हा मिहीरचा हात दाबला. त्याला मन:पूर्वक धन्यवाद देत राहिली.

मिहीर गेला आणि तीही ऑफिसमध्ये जाण्यासाठी निघाली. पण तिने आज दांडी मारायचीच ठरवलं. खूप दिवसांत भाईंदरला गेली नव्हती. आईला भेटावंसं वाटू लागलं. पण तेही नको वाटलं. सरळ गौरीकडे जावं का? तिला सांगावं, की बाई गं, मी तुझा आनंद हिरावून घ्यायला नाही परतले घरी. मला माझं घर, कुटुंब हवंसं वाटतच होतं कायम. पण ते कुटुंब पोसायची हिकमत तुझ्याच भावात नव्हती. आजही नाहीये. पण मी आता पोसू शकते. तेवढी परिस्थिती निर्माण झाली म्हणून आले. तू मुलाचं सुख अनुभवलंस, आता जरा मला अनुभवू देत.

* * *

'आलीस का? जरा चहा कर बाई माझ्यासाठी. आलं घालायला विसरू नकोस.'

'विसरली का कधी? आणि जरा हात-पाय धुवून करते.'

'घशाला अगदी कोरड पडली.'

'मग इतका वेळ कशाला थांबायचं? सुषमाला सांगायचं ना...'

'ती असते सतत तिच्या खोलीत. हाक मारली तरी तिला ऐकू जायचं नाही. आणि आपण वेळेत घरी यावं, हे जास्त चांगलं. नाही का?'

'कामाला जाते मी. मग उशीर होणारच ना?'

'मला खोटं बोललेलं आवडत नाही.'

'म्हणजे?'

'तू समज जे समजायचं ते. चहा कर आधी.'

वैष्णवीला समजेना. आज आपण ऑफिसला गेलो नाही, हे सासूला समजलंच कसं? याचा विचार ती करत राहिली. चहा उकळत होता, उतू जाणार तेवढ्यात तिचं लक्ष गेलं. तिने गॅस बंद केला. 'आलं घालायला विसरलो.' तिला आता अजून चार शब्द ऐकायला लागणार. तिला स्वामींचे शब्द आठवले. 'ध्यान, वेगळं असं काहीच नसतं. ध्यान म्हणजे मन:पूर्वक कृती. तुम्ही साधा चहा जरी करत असलात तरी तो जाणीवपूर्वक करा. तेही ध्यानच.' ती मनाशीच हसली. 'स्वामी सांगतात ते खरं आहे. चहा करण्यात आपलं मन नव्हतं. ध्यान साध्य झालं नाही.'

पुष्पाबाईंच्या पुढ्यात कपबशी ठेवून ती आत गेली. 'खरं तर काहीच साध्य झालं नाही. पुन्हा पुन्हा त्याच विचारांत अडकत्ये. मी घरी आले, तर मुलांच्या तोंडावर आनंद दिसत नाही. घरातून बाहेर पडते, तेव्हा 'आई' निघाली, याचं त्यांना काही वाटत नाही. टाटा करायलाही सामोरं कुणी येत नाही. त्यातही एक आनंद असतो, जो लहानपणी आपण अनुभवला. वडिलांना दिला. खरं तर किती लहानशी कृती ही, पण किती आनंद देते. हे आपल्याला आधी का नाही जाणवलं? पुन्हा तेच... तेच... तेच...'

'अरे प्रतोष, दादाचा फोन आला होता रे!'

'कशाला?'

'कशाला काय? नीट बोल ना.'

'सांग.'

'सुषमा पास झाली. चांगले मार्क मिळालेत.'

'बरं.'

'तुला आनंद नाही झाला? बोलव तिला. तिचं अभिनंदन कर.'

'हो. करतो ना... सुषमा ऽऽ'

'डॅडी...'

'वा! पास झालीस तू. काँग्रॅट्स!'

'थँक्यू!'

'आईला बोलव.'

'ममी येईल आता.'

'म्हणजे? अजून आली नाही?'

'ती इतक्यात कुठे यायला? सहा महिन्यांच्या वर झाले. कधी बघितलीस तिला या वेळेला आलेली? तुला कसं कळणार ते? तूच बारानंतर येतोस... जा. पेढे घेऊन ये.'

'आत्ता? दमलोय मी आणि पैसेपण नाहीयेत माझ्याजवळ.'

'बेल वाजली. सुषमा, दार उघड...'

'ए, मेरा बच्चा. अभिनंदन...!'

'ममी?'

'हे घे पेढे. आधी देवासमोर ठेव. नमस्कार कर. आणि मग सर्वांना दे.'

'तुला - कसं समजलं?'

'अगं मी फोन केला होता नागपूरला. तुझी मार्कशीट बघ आणि आता सांग, तुला कुठल्या कॉलेजमध्ये ॲडमिशन हवी?'

'कुठलं मोठं नाव सांगू नकोस. तुझ्या या बापाला परवडेल असं...'

'प्रतोष, मी बोलते तिच्याशी. तू काळजी करू नकोस. सुष... तू पेढे वाट.'

'छान छान! आयुष्यमान भव! असंच यश मिळो तुला.'

'थँक्यू!'

'आधी तू खा. घे. मी भरवते. आणि हे तुझं बक्षीस.'

'मोबाईल...'

'हो. तू इथल्या कॉलेजात जाणार. कधी उशीर झाला, तर काळजी नको. फोन करता येईल.'

सुषमा प्रथमच मनमोकळं हसली. हसली की सुषमा छान दिसते हे वैष्णवीला प्रथमच जाणवलं. दोघींमधलं अंतर कमी झाल्यासारखं तिला वाटलं. वैष्णवी मनोमन सुखावली. गेले सहा महिने नुसते ओझं वाहावल्यासारखे गेले होते. जड, बोजड. आत्ता जरा हलकं झाल्यासारखं वाटलं. वैष्णवीसुद्धा मोकळं हसली.

सुषमाला हुरूप आला. तिने अगदी सर्वप्रथम नागपूरला फोन लावला.

काका-काकूंशी बोलली. बरं वाटलं. आता नवीन आयुष्याला सुरुवात होणार. छान रहायचं, खूप अभ्यास करायचा आणि नवीन मित्र-मैत्रिणी मिळवायचे.

वैष्णवीने उत्तमातलं उत्तम कॉलेज सुषमासाठी निवडलं. दोघी अॅडमिशन घेण्यासाठी गेल्या. फॉर्म मिळवण्यासाठी विद्यार्थ्यांची भलीमोठी रांग होती. आपला नंबर येईपर्यंत दुपार होणार, हे वैष्णवीला जाणवलं. रखरखीत उन्ह आणि घामट धारा... तहानेने घशाला सतत कोरड पडत होती. तरीही वैष्णवी आनंदात होती. आत्तापर्यंत दोन्ही मुलांच्या अॅडमिशनसाठी तिला असं रांगेत तिष्ठत उभं राह्यला लागलं नव्हतं. ना 'प्ले ग्रुप'साठी. ना माँटेसरीसाठी. सुषमा प्रथमच आईबरोबर होती. ती आनंदात होती. मार्क चांगले मिळाले होते. अॅडमिशन मिळेलच, याची तिला खात्री होती. फॉर्म घेऊन दोघी रांगेतून बाहेर पडल्या. समोरच असलेल्या एका पॉश हॉटेलमध्ये वैष्णवी सुषमाला घेऊन गेली.

'भूक लागली ना?'

'हो.'

'तू जे काही हवं असेल ते मागव.'

फॉर्म भरून झाला. सुषमासाठी मग खास शॉपिंग झालं. सुषमासाठी इतके कपडे घेतलेले बघून सागरला कदाचित वाईट वाटेल म्हणून मग सागरसाठीही खरेदी झाली. दोघी थकून घरी परतल्या.

'सागर, ए सागर...'

'काय?'

'अरे बाहेर ये. मला जरा पाणी आण. खूप तहान लागली.'

'काय गं? इतका उशीर? आता...'

'जेवणाची ऑर्डर देऊ. माझ्यात अगदी त्राण नाहीये आता.'

'काय झालं इतकं दमायला?'

'आजी, कॉलेजमधेच खूप वेळ गेला आणि मग नंतर शॉपिंग...'

'शॉपिंग? माझ्यासाठी काय आणलंस ताई?'

'आणलंय ना, आण ती बॅग.'

'वैष्णवी, इतकं काय आणलंस?'

'दाखवते. सुष, तू तुझे कपडे दाखव. सागर, हे बघ, हे तुझ्यासाठी.'

'मस्त, क्लासिक. मी घालून बघतो.'

'आजी, हे बघ ड्रेसेस.'

'छान आहेत हो आणि अजून काय आणलं?'

'संपलं. अजून काही नाही.'

'बरं.'

'काय झालं? तुम्हाला राग आलाय?'

'मी कशाला रागवू? तू कमवती आहेस. पैसा तुझा. तू खर्च करतेस. मला काय त्याचं?'

'म्हणजे?'

'गेले दहा दिवस म्हणते, चांगली साडी नाहीये माझ्याजवळ. तिथे मंडळात जाताना त्याच त्याच साड्या नेसाव्या लागतात. नेसेन. मी काही कमवत नाही. मग...'

'मला कधीच सांगितलं नाहीत.'

'राहू दे गं. गौरी आणणार आहे साडी माझ्यासाठी.'

यावर वैष्णवीकडे उत्तर नव्हतं आणि प्रश्नही नव्हता.

सागर जेमतेम पास झाला. नवीन शाळेत ॲडमिशन मिळणं त्यामुळे कठीण पडणार होतं. वैष्णवीने खटपट सुरू केली. ऑफिसमधून काही ओळख निघत्ये का किंवा शमीची काही मदत होईल का? आणि तिला अचानक आठवलं. प्रतोषची या शाळेतल्या एका टिचरशी चांगली ओळख आहे.

'प्रतोष, जुईलकर तुझ्या चांगले ओळखीचे आहेत ना?'

'कोण जुईलकर?'

'अरे, तुझा मित्र होता बघ. तो रे, जरा सावळा, पण हँडसम होता.'

'अच्छा? नावारूपासकट तुझ्या लक्षात आहे?'

'मित्र तुझा आणि तू विसरलास? त्यावेळी तीनचारदा त्याने तुझे निरोप माझ्यापर्यंत पोहोचवले होते. आठवतं? कॉलेजमध्ये असताना...'

'असं? असेल. मला आठवत नाही. पण त्याचं आत्ता काय?'

'तो म्हणजे... ते विश्व विद्यालयात शिकवतात?'

'तुला कसं माहीत?'

'शमी म्हणाली. त्या शाळेचं अकाऊंट तिच्या बँकेत आहे.'

'बरं, मग?'

'असा काय वागतोस? नुसतं बरं, असं, असेल... अरे, सागरला ॲडमिशन मिळायला हवी ना! मग प्रयत्न करायला नको? आणि ओळखीशिवाय काम होणार नाही. त्रेचाळीस टक्के यावर ॲडमिशन मिळेल का?'

'नको घेऊस ना मग! असू दे त्याची जुनीच शाळा. त्याचे मित्र तिथे आहेत. आज नऊ वर्षं ज्या शाळेत तो रुळलाय, तो नवीन शाळेत रूळेल का?'

'ती शाळा किती दूर आहे. रोज दीड-दोन तास त्याचे प्रवासात जातील. मग थकलेला असेल. क्लासला कधी जाणार आणि अभ्यास कधी करणार?'

'तुला सांगू एक? हे त्याचं शेवटचं वर्ष आहे. तेव्हा त्याचा सेटअप बदलू नकोस. इतकी वर्षं गौरीताईनं सर्व सांभाळलं त्याचं, आता अजून एका वर्षाने काय फरक पडणार आहे?'

'फरक पडणार आहे. पडतो आहे. नको इतके लाड चाललेत त्याचे. खाण्याचे लाड, वस्तूंचे लाड, कपड्यांचे लाड! एका मुलाला किती शूज लागतात? दोन किंवा तीन पेअर्स. तेही खूप झाले. सागरकडे नऊ पेअर्स? तो मागत जातो, ह्या देत जातात. आणि हे असं प्रत्येक बाबतीत आहे. आवडत नाही, दे कपडा टाकून - हीच भाजी नको आणि जेवण असतानासुद्धा नूडल्स खायचे, एक ना दोन आणि मोबाईल? कशासाठी हवा तो?'

'हे बघ - गौरीताईला, बिचारीला मूल नाही. तेव्हा...'

'तरीही किती लाड करायचे याला तारतम्य हवं. आधी काय झालं, ह्याच्याशी मला कर्तव्य नाही. पण यापुढे काय व्हायला हवं, हे बघणं आपलं दोघांचं कर्तव्य आहे.'

'काय करू मग?'

'ओळख काढ आणि त्याला शाळेत ॲडमिशन मिळेल असं बघ.'

'ठीक आहे. खूश? ये, बस जवळ...'

'प्रतोष...?'

'तू आत्ता जी चिडून हातवारे करत बोलत होतीस ना-अगदी वीस वर्षांची असताना जशी दिसायचीस तशीच दिसत होतीस. अगदी गोड, जिद्दी...'

'चल काहीतरीच...'

'खरंच, अगदी खरं...'

'खरं?'

'हं.'

उशिरापर्यंत वैष्णवी जागी होती. रात्रीचे तासातासाचे टोले वाजत राहिले. तरी तृप्त झालेल्या शरीरात थकवा नव्हता. तृप्तीची शांतता, समाधान. तिने प्रतोषकडे बघितलं. तिला त्याच्या चेहऱ्यावरही तेच भाव आहेत असं वाटलं. कितीतरी वेळ ती त्याच्याकडे बघत राहिली... खऱ्या संसाराला आज सुरुवात झाली असं तिला वाटलं. अजून एक पायरी वर आलो आहोत, या समाधानाने तिने तिच्या जड होऊ लागलेल्या पापण्या मिटून घेतल्या.

■

आठ

'मी नवीन शाळेत जाणार नाही.'

'नकोच जाऊस. तिथे तुझे मित्रं नसतील. तुझ्या आवडत्या टिचर्स नसतील.'

'मग काय? फुकट शाळा बदलत्ये...'

'आपण बदलू द्यायची नाही.'

'ती कशी?'

'सोप्पं आहे. सांगून टाकायचं. काहीही झालं तरी मी नव्या शाळेत जाणार नाही.'

'आई, सांगू असं बिनधास्त?'

'बेलाशक सांग. म्हणजे मग तुला पुन्हा इथे रहायला मिळेल.'

'आयला, धमाल!'

'सागर ऽऽ'

'चलता है आई. डॅडी तर येता-जाता आयला म्हणतात.'

'म्हणून...'

'सोड ना. ठरलं तर. मी नव्या शाळेत जाणार नाही. तू माझी बेडरूम रेडी ठेव.'

'ती जशी होती ना तशीच आहे.'

'आई ऽऽ'

'ये रे इथे लवकर. घर कसं अगदी रिकामं झालंय तू गेल्यापासून.'

'येणार मी इथेच. जाऊ?'

'साबुदाणा वडा केलाय.'

'मस्त. दे. भूक लागली.'

'मस्त झालाय वडा.'

'खा. भरपूर खा.'

'तिथे कुणी करतच नाही. आजीला जमत नाही आणि ममीला वेळ नसतो. सुषमाताई काहीतरी वाचत बसलेली असते. मला जाम कंटाळा येतो. आजी मराठी चॅनेल बघत असते. मला इंग्लिश गाणी आवडतात. पण ताई ऐकूच देत नाही. सोसायटीत कुणी खेळायला नाही. बोअर होतं.'

'मग काय करतोस तरी काय?'

'इथली आठवण काढत बसून रहातो.'

'सोनुलं गं माझं!'

'बोअर होतं. साधी गाणी ऐकायलाही मिळत नाहीत...'

'तू वॉकमन वापर ना...'

'तुटलाय कधीचाच. अँड नाऊ दॅट इज् आऊट ऑफ फॅशन...'

'कसली फॅशन आहे रे मग?'

'आय पॉडची! छोटासा आय पॉड, पण हजारहून जास्त गाणी मावतात.'

'खरं?'

'मग?'

'कितीला मिळतो तो?'

'घेऊ तसा - अगदी अडीच-तीन हजारापासून... '

'हो?'

'हो. तुला माहीत नाही? तुझी संपूर्ण गीता, म्हणजे भगव...भगव द...'

'भगवद्गीता...'

'राईट, त्यात मावेल. कानांत हेडफोन्स घालायचे की झालं...'

'दाखवशील का रे मला?'

'दाखवतो, चल.'

'आत्ता?'

'मग कधी?'

'पुढल्या खेपेला येशील ना तेव्हा...'

'आता कधी येणार मी? ओ. के. तुलाच दाखवायचं होतं. तुझ्या गीतेसाठी. नको तर नको. मी निघू?'

'थांब रे. मी येते तुला सोडायला. रिक्षात बसवून देते.'

'आई, तो बघ आय पॉड, त्या दुकानात.'

'त्या समोरच्या?'

'हो.'

'चल.'

'ए ताईटले, हे बघ...'

'हे काय?'

'आय पॉड... ढिंच्यॅक गाणी ऐकणार आता मी...'

'आत्याकडे जाऊन आलास ना?'

'हो. हुशार आहेस हं . बरोबर ओळखलंस.'

'सागर, हे चूक आहे.'

'छोड ना, गाणी ऐक... दुकानातच ट्रायल म्हणून डाऊनलोड केली. ऐक तर...'

'बापरे, केवढा आवाज रे हा!'

'मग? धमाल ना? सॉलिड आहे ना?'

'काय?'

'सॉलिड... काही नाही.'

'ममी रागवेल पुन्हा!'

'हट्, तिला कोण घाबरतंय?'

'अरे पण...'

'आईने दिलाय मला, तर तिचं काय जातं? एवढा राग असेल तर तिने आधीच द्यायला पाहिजे होता. तुला मोबाईल दिला. मला काय आणलं तिने?'

'तू मार्क चांगले मिळवले असतेस तर...'

'जास्त नाटक करू नकोस. तुला भाव चढलाय काय साली?'

'सागर ऽऽ'

'हट्, मी नाही घाबरत तुला. दे माझा आय पॉड.'

'घे.'

'काय चाललंय रे दोघांचं?'

'आजी, ही बघ ना!'

'काय करते?'

'आईने मला आय पॉड दिलाय तर जळते...'

'कित्ती रे प्रेम तिचं तुझ्यावर! सख्खी आई करत नाही, पण ही! एक मूल असतं तिला तर...'

'रडू नकोस आजी. मी आहे ना... मी तिच्याकडेच रहाणार आहे. नवीन

शाळा नकोच मला. आमचं तसं ठरलंय.'

'हो का?'

'हो.'

'बरं होईल तसं झालं तर... पण वैष्णवी?'

'ममीचं काय? तिला काय फरक पडणार? मला सोडून राहिली ना इतकी वर्षं? मग? आयला, इतक्या वर्षांत नाही आठवण आली तिला. मग मी का ऐकू तिचं? आणि ती माझ्यासाठी काही आणतही नाही.'

'खरं आहे.'

वैष्णवीला त्रास व्हायला लागला. ती सर्व काही ऐकत होती. सरळ तिघांसमोर जावं आणि भडाभडा बोलावं, सांगावं, कसं वागवलं तिला सर्वांनी तेव्हा... किती त्रास दिला, उपाशी ठेवलं, मारहाण केली... हे सर्व सर्व सांगावंसं वाटलं तिला, पण - ती थांबली. 'माझ्यावर कुणीही विश्वास ठेवणार नाही. तिघंही एकाच मताची आहेत. मी वाईट आहे हेच त्यांनी मुलांना शिकवलंय. नुसती घुसमट होत आहे. घुसमट...'

वैष्णवी आपल्या खोलीत गेली. तिने दार लावून घेतलं.

'हॅलो, मी बोलते.'

'बोल.'

'मी तुला भेटायला येते.'

'लंच अवर्समध्ये ये.'

'येते.'

सर्वांसाठी जेवण बनवून वैष्णवी बाहेर पडली. लंच अवर्समध्ये शमीच्या ऑफिसात पोहोचली.

'बोल.'

'शमी, मला खरंच काही कळत नाहीये. मी मागचं सर्व विसरून पुन्हा घरी गेले. मुलांना एकत्र आणलं. प्रतोषला सांभाळून घेते. पण घरात आनंद नाही. समाधान नाही. जबरदस्तीने आम्ही एकत्र रहातोय. कोंडून ठेवल्यासारखे! तिघांना सुटका हवी आहे आणि मी जेलरसारखी... बांधून ठेवते.'

'असं काय म्हणत्येस?'

'काय म्हणू मग? सागरला नाही नाही त्या एक्सपेन्सीव्ह वस्तू गौरी घेऊन देत असते. तो नापास होता होता वाचलाय. त्याला त्याचा खेद नाही. जाणीव

नाही. प्रतोष पुन्हा पहिल्यासारखा वागतोय. त्याची ड्रिंक्स, पार्टीज, हॉटेलिंग व्यवस्थित चालू आहे. त्याला घरात लक्ष घालायचंच नाहीये. सर्वांना माझ्याकडून फक्त पैसा हवाय. मी नकोय. पैसे द्यायला नकार दिला की वाईट आणि दिले तरी मी चांगली नाहीच. गौरी सतत सागरला चिथवत असते. आता तर नवीनच सुरू झालंय. त्याला नव्या शाळेत जायचं नाहीये. त्याला जुनीच शाळा हवी आहे.'

'पण...'

'त्याला गौरीकडेच रहायचं आहे.'

'मी तुला एक सांगू? जाऊ दे त्याला त्याच्या त्याच शाळेत.'

'असं कसं म्हणतेस? मग एवढा अट्टहास का केला?'

'दहावी झाल्यानंतर येईलच ना तो...'

'म्हणजे अजून एक वर्ष देऊ गौरीला? माझ्या विरोधात बोलत राहील त्याच्याजवळ. कशावरून मग तो नंतर परतेल?'

'उपाय आहे का काही? अं. आहे?'

'काय?'

'वै, तो गौरीकडे का जातो याचा जरा विचार कर.'

'त्याचं प्रेम आहे तिच्यावर...'

'छे! ती त्याच्या मताने वागते. तो सांगेल तसं करते. जे जे मागतो ते ते देते. बास!'

'असं?'

'हो. तुला कदाचित आवडणार नाही. पण करून बघ असा प्रयोग. त्याला जाता येता लेक्चर देणं बंद कर.'

'पण तो वागतो असा की...'

'गप्प बसायचं.'

'कठीण आहे.'

'इलाज नाही. तुला तसं वागावं लागेलच. अगं, परतून येणं इतकं कठीण होतं. पण आलीस ना?'

'हो.'

'त्याहून हे कठीण नक्कीच नाही.'

'प्रयत्न करते.'

'आणि वै, तुझ्या दांड्या भरपूर होत आहेत. ऑफिसला जाणं हे मस्ट आहे.'

'कल्पना आहे मला त्याची. पण तिथेही पॉलिटिक्स चालू आहे.'

‘स्वाभाविक आहे.’

‘का?’

‘अगोदर तू एकटी होतीस. एकटी स्त्री म्हणजे भरपूर होप्स...’

‘शी:! काय बोलत्येस?’

‘खोटं आहे का? कुणी गटवायचं? यावर पैजा. कसं गटवायचं, याचे कल्पनाविलास... मग चाचपडून बघणं, सिम्पथी दाखवणं... मदत करणं वगैरे वगैरे. तू घरी परतलीस आणि सगळ्यांचे होप्स धुळीत मिळाले.’

‘खरं आहे. जे मला माझे वेल विशर्स वाटायचे तेच आता माझ्या विरोधात आहेत.’

‘मग? याचा अर्थ तू ऑफिसला दांड्या मारणं असा नाही. तो त्यावर उपायही नाही. उलट ठणकावून वाग, आग्रही हो. तुला जे जे हवं ते ते आत्तापर्यंत मिळवत आलीस. मग आता काय झालंय?’

‘थकलेय. खूप थकवा आलाय.’

‘नाही चालणार थकून. अजून बराच पल्ला गाठायचाय.’

‘खरं आहे.’

‘दॅट्स गुड. चल निघू या? मला उशीर होईल.’

‘हो.’

शमीला बँकेच्या दारात सोडून वैष्णवी घरी जायला निघाली. शमीने सांगितल्याप्रमाणे सागरशी वागून बघण्याचा तिने निर्णय घेतला. तिला मनोमन बरं वाटलं. शांत वाटलं. गाडी अगदी आरामात चालवत, गाणी ऐकत ती प्रवास करत होती. बराच वेळ फोन वाजत होता असं तिला वाटलं.

‘हॅलो.’

‘ममी, लवकर घरी ये. आजीला कसंतरी होतंय.’

‘आत्ता सकाळी ठणठणीत असलेली बाई एकाएकी जावी? आपल्याबद्दल इतकं विरोधात बोलणारी, कितीही केलं तरी समाधान न मानणारी बाई - एक स्त्री असून स्त्रीच्या भावना न समजणारी बाई - तिला एवढा शांत मृत्यू? हे कसं काय? गौरीने आकांडतांडव मांडलाय. मला गुन्हेगार ठरवते. किती बोलते आणि सागर तिला घट्ट मिठी मारून बसलाय. प्रतोषचा अजूनही पत्ता नाही. कुठे तडमडलाय? फोन नुसता वाजतोय. सुषमा आपली शांत बसलीय नेहमीप्रमाणे तिच्या खोलीतच. वाट बघत बसायचं आता दादा-वहिनी येईपर्यंत. कितीची फ्लाईट आहे? सुषमाला माहिती असणार, पण ती बोलतच नाहीये. पुन्हा हिचा

आवाज वाढला. कसा काय? कोण आलंय? नक्कीच कुणीतरी आलंय. त्याशिवाय हे नाटक असं चढलं नसतं...'

'गौरी, सांभाळ स्वत:ला.'

'प्रतोष, संपलं माझं माहेर.'

'गौरी...'

'संपलं रे... मला आता माहेर नाही. आणि हे सगळं वैष्णवीमुळे. बिचारी आई, कधी काही बोलली नाही. आतल्या आत घुसमटत राहिली. ही वैष्णवी इथे आली आणि तिने आईला तिच्याच घरात परकं केलं. तिची बेडरूमही तिच्यासाठी राहिली नाही. कशी रहात होती रे ती...'

'शांत हो. शांत हो.'

'किती आनंद झाला होता तिला जेव्हा मी सागरला आपला म्हटलं. ही गेली टाकून त्याला. ज्यांना मुलं असतात त्यांना किंमत नसते रे त्यांची. मला विचार. मूल नाही मला म्हणून किती अपमान व्हायचा माझा. पण सागरमुळे ताठ मानेने जगले. सगळं छान चाललं होतं आणि आईला माझा आनंद बघून समाधान वाटत होतं. पण हिने तो आनंद, आईचं समाधान हिरावून घेतलं. मला पोरकं केलं. माझं दु:ख बघून किती रडायची ती सतत. त्याचाच तिला त्रास झाला. तो गप्पपणे तिने सहन केला आणि म्हणूनच आतल्या आत घुसमटून गेली ती. आणि आता कायमचीच गेली... '

'गौरी... शांत हो.'

'कशी शांत होऊ? खरं बोलत्ये ना रे मी?'

'हो. खरं बोलतेस... अगदी खरं. तरी शांत हो...'

'गौरी खरं बोलत्ये? आणि प्रतोष हो म्हणतोय? म्हणजे? सासूच्या मृत्यूला मी कारणीभूत? नाही. हे खरं नाही. चांगल्या हसत असायच्या. नवीन नवीन साड्या, पर्सेस, चपला, परफ्युम, सर्व हवं असायचं. मी देत होते सर्व काही. कुठे बाहेर जायचं तर गाडीही असायचीच. हक्काने किंवा टोमणे मारून सर्व काही वसूल करायच्या. स्वयंपाकात कोथिंबीरही निवडून द्यायच्या नाहीत, मदत करायच्या नाहीत... आणि ही म्हणत्ये घुसमटून मेल्या?'

वैष्णवीने असहायतेने सागर-सुषमाकडे बघितलं. दोघांच्या नजरेतल्या तिरस्काराने ती भयभीत झाली. तिला एकदम असहाय वाटायला लागलं. ती गळून गेली. तशाही अवस्थेत तिला तो इंग्रजी सिनेमा आठवला. मरक्युरी मॅन असतो. तो धग लागली की विरघळत जातो. ओघळ ओघळत

ओघळत एक मोठा ओघळ होतो. वहात जातो आणि, आणि पुन्हा थंड होता होता आकार घेतो. वैष्णवीला वाटलं, आपलंही तसंच होतंय. त्या दोघांच्या नजरेतला तिरस्कार तिला धगीसारखा वाटला. ती मनातल्या मनात विरघळत राहिली. तिचाच एक ओघळ झाला. त्या सिनेमातल्या मरक्युरी माणसाला थंडावा मिळाला, पण तिला वाटलं नाही की तिला थंडावा देणाऱ्या नजरा मिळतील. आता तर दादा-वहिनी येणार याची तिला जास्तच भीती वाटू लागली. वैष्णवी मागच्या मागे आतल्या खोलीत गेली. दार लावून घेतलंन आणि सुन्न बसून राहिली. कितीतरी वेळ. बधिरतेतून तिला जाग आली ती पुन्हा गौरीच्या चढ्या आवाजातल्या रडण्याने. ती शहारलीच. दादा-वहिनीचा आवाज दाराच्या फटीतून झिरपत तिच्या कानांपर्यंत पोहोचला. ठरवून रडू आणायची कला तिच्याकडे नव्हती, पण तिच्या मुलांना मात्र ती जमली. दादाकाकांना बघून इतका वेळ गप्प असलेली सुषमा रडू लागली. मग सागरही... खरं रडू कुणाचं आणि नाटकी रडू कुणाचं?... हे तिला कळेना. नाइलाजाने ती उठली. उठायला हवंच म्हणून... हॉलमध्ये जमलेले सर्व मानव तिला परके वाटू लागले. त्रयस्थासारखी दुरूनच ती तो दुखवटा बघत राहिली...

सर्व संपवून माणसं घरी परतली. रिवाजाप्रमाणे खरं तर घरात निदान आज तरी काही अन्न शिजवायचं नाही. पण, शेजारी कुलूप होतं. गौरीने स्वयंपाकघरात खुडबुड केली तशी वैष्णवी उठली.

'मी करते. तुम्ही बसा.'

'नको.'

'खरंच बसा. मी टाकते पिठलंभात...'

'नको. आईला पिठलं फार आवडायचं.'

'मान्य! पण पद्धत आहे ना तशी...'

'कर.'

शास्त्रापुरतं जेवावं, असं म्हणत म्हणत पातेली संपत होती. दोनदा पिठलं केलं. तरी भूक क्षमत नव्हती. वैष्णवीला आश्चर्य वाटलं. 'भस्मासुर आलाय का सर्वांच्या पोटात? आईला पिठलं किती आवडायचं... असं म्हणत... रडत रडत, पिठल्याचे भुरके मारत्ये गौरी... ही अशी मुलगी?'

कपाळाला आठ्या पडत होत्या. वैष्णवीला या नाटकाचा कंटाळा येत गेला. वैष्णवीचे आई-वडील निघाले तेव्हा त्यांनाही चार शब्द ऐकायला लागलेच.

'अगदी ठणठणीत होती हो आई. तुमच्यासारखं गुडघ्यांचं दुखणंही नव्हतं, तरी गेली.'

'काय करणार? मरण सांगून येतं का?'

'नाही. पण मरणासाठी एकेक कारणं मात्र सांगून येतात.'

'म्हणजे? समजलं नाही मला. तुम्ही...'

'टेन्शन घेतलं तिने! दुसरं काय? गेल्या पाच-सात महिन्यांतलं वातावरण... म्हणजे घरातल्या वातावरणाबद्दल म्हणत्ये मी...'

'निघतो आम्ही. उशीर झाला तर ट्रेनला गर्दी होईल बरीच...'

'अहो, आता गाडीच घ्या एक. दुखऱ्या गुडघ्यांनी प्रवास कसा होणार?'

'येतो. नमस्कार.'

'येते गं वैष्णवी. सागर, सुषमा... येते हं.'

'आजी-आजोबांना खालपर्यंत सोडून या...'

'मी नाही जाणार.'

'सागर...'

'असू दे. कुणी यायची गरज नाही गं. नको येऊस हो... येतो.'

'वैष्णवी, नको वाईट वाटून घेऊस. अगं, ह्या आजी-आजोबांचा लळाच नाही ना मुलांना. कधी गेलेच नाहीत ते आजोळी. त्यांच्यासाठी फक्त आईच होती आणि आता तीच गेली निघून. मुलं पोरकी झाली गंऽऽ'

मुलांचे आई-वडील जिवंत आहेत चांगले आणि मुलं पोरकी? हेच सतत वैष्णवीला डाचत राहिलं. ती तिथून उठलीच आणि आपल्या बेडरूममध्ये गेली. दार लावून घेतलं आणि सरळ पलंगावर पसरली. निग्रहाने थांबवलेलं डोळ्यांतलं पाणी, आता वाहू लागलं. आई-वडिलांचा झालेला अपमान टोचत राहिला. इतके जणं होते तेव्हा समोर, पण कुणीही गौरीला थांबवलं नाही. ती बोलत राहिली आणि सगळे मख्खासारखं ऐकत राहिले, याचा वैष्णवीला त्रास होत राहिला. वैष्णवी दुखावली गेली हे माहीत असूनही तिच्यासाठी कुणीही आलं नाही.

दहावं झालं आणि घरातलं वातावरण बदललं. दुःखाची जागा व्यवहाराने घेतली. दोन भाऊ आणि एक बहीण आणि त्यांच्यासाठी हे रहातं घर, दागिने, बँक अकाऊंट, महागड्या साड्या, चांदीची भांडी... इतकी संपत्ती. आता वाटण्या हव्या होत्या. घरात सतत एकच दडपण - कुणाला काय मिळणार?

किती मिळणार? जो तो आपापला हिशेब करू लागला. ब्लॉकची आजची किंमत काढू लागला. कुणी कुठला दागिना घ्यायचा यावर चर्चा, कुजबुज होऊ लागली. वैष्णवीला टाळून तिघंही भावंडे आलटून पालटून चर्चा करू लागली.

तेरावं झालं आणि वैष्णवी ऑफिसला जाऊ लागली. गौरी आता तरी तिचा मुक्काम हलवेल ही तिची आशा फोल ठरली. सकाळी सर्वांचा नाश्ता आणि सर्वांसाठी जेवण बनवून ती घर सोडायची. संध्याकाळी घरी आल्यावर पुन्हा गॅससमोर उभी. साधी संध्याकाळच्या चहाची एक कपबशीही कुणी विसळून ठेवायचे नाही. सगळेच दुःखात होते ना!

'मिहीर, मला भेटायचंय तुला.'

'येतो. कुठे भेटतेस?'

'नेहमीच्याच, म्हणजे पूर्वीच्याच ठिकाणी. सात वाजता.'

'ठीक आहे.'

वैष्णवीला बरं वाटलं. हाक मारावी आणि मिहीरने ओ द्यावी, हे नेहमीच घडत आलंय. आजही तसंच झालं. स्वामी नेहमीच सांगतात, एक दरवाजा तुमच्यासाठी कायम उघडा असतो. तुम्हाला तो दिसला पाहिजे, एवढीच गरज! तशी तुमची जाण हवी. प्रत्येक दार ठोठावत बसण्यात शक्ती दवडू नका. जे दार बंद आहे, तेच उघडलं गेलं पाहिजे, हा अट्टहास म्हणजे तुमचा अहंकार. अहंकार सोडून द्या. अनेक बंद दरवाजे आपोआप उघडतील. मिहीर हा एक कायमचा उघडा दरवाजा. दारातून कितीपर्यंत आत जायचं हे ठरवणं आपलं काम. इतकं आत - की परतून येता येणार नाही. अशी वेळ येऊन गेली. मग आपणच मागच्या मागे दार लोटून घेतलं. चुकलं का? हं. - चुकलं असो - नसो. पण लोटून घेतलेल्या दाराला मिहीरने आतून कडी घातली नाही. म्हणूनच तर... '

'मॅडम, साहेबांनी बोलावलंय.'

'येते.'

'मे आय कम इन?'

'या. बसा. वैष्णवी, आपल्याला ही दोन प्रोजेक्ट्स तातडीने पूर्ण करायची आहेत. काहीही करा, ओव्हर टाईम किंवा सकाळी लवकर या. पण ही कामं व्हायलाच हवीत. तुमच्या रजा खूप होतात आणि कामं पेंडिंग रहातात. वुई

कान्ट अॅफोर्ड धीस.'

'यस सर.'

'आय वॉन्ट रिझल्ट्स.'

'यस सर.'

'सर्व लाइन अप् करा आणि संध्याकाळी सबमीट करा.'

'सर, आय वुईल डू इट. पण, एकच रिक्वेस्ट.'

'बोला.'

'मी उद्या सकाळी सर्व डेटा देते. इट वुईल बी ऑन युवर टेबल सर. पण आज संध्याकाळी - प्लीज - इट्स अ रिक्वेस्ट...'

'ओ. के. पण उद्या मात्र...'

'डोंट वरी सर...'

'ओ. के. यू मे गो.'

वैष्णवीने सुटकेचा निःश्वास सोडला. ऑफिसमधून निघताना तिने दोन्ही प्रोजेक्ट्सच्या फाईल्स बरोबर घेतल्या. आज रात्रीचं जागरण तिने मनोमन मान्य केलं आणि ती मिहीरला भेटायला अधीरतेने निघाली.

'थकलीस!'

'जराशी. काय मागवू?'

'मी देतो ना ऑर्डर... हं बोल.'

'काही नाही.'

'म्हणजे?'

'...'

'बोल ना...'

'खरं सांगू? सकाळी जेव्हा तुला फोन केला, तेव्हा मनात नुसतं वादळ... झंझावात, पडझड चालू होती. खूप काही बोलायचं होतं. अगदी आत्ता संध्याकाळपर्यंत तशीच होते मी. महत्त्वाची कामं होती ऑफिसात, हे बघ ना... थांबलेच नाही. सरळ सांगितलं बॉसला, आज मी जाते, उद्या सकाळी सर्व रिपोर्ट्स सबमिट केलेले असतील. आणि पळाले, ती थेट इथे आले. तू दिसलास आणि सर्व शांत झालं. खरंच - काहीच नाही बोलण्यासारखं!'

'वै! यू आर इम्पॉसिबल...'

'यस! आय नो दॅट!'

'सो?'

'काही नाही. खूप शांत वाटतंय. रिलॅक्स! तू असा नुसता बस समोर माझ्या. तुला बघू देत मला. इतकंच...'

'वै...'

वैष्णवीचे डोळे भरून आले. त्यात वेदना नव्हत्या, दु:ख नव्हतं. आनंदही नव्हता. होती ती फक्त एक नीरव शांतता! तृप्तता!

घरी परतताना वैष्णवीला स्वत:चंच आश्चर्य वाटत होतं. 'मिहीर इतकं शांत करू शकतो आपल्याला? की आपण त्या आधीच शांत झालो होतो? नाही. आपण त्याला बघितलं आणि मगच शांत झालो. आपल्यासाठी तो आहे, हे जाणवलं. सरळसरळ आता आपल्याला माहीत आहे की, घरात आपण कुणालाच नको आहोत. प्रत्येकाला आपली गरज फक्त पैशांसाठीच आहे. पैसा देत राहिलो आणि मग आपण कुठेही निघून गेलो, काहीही केलं तरी चालण्यासारखं आहे. पण उद्या जर पैसा देत नाही असं ठरवलं आणि दिले नाहीत खरोखरच, तर मग घरात आपल्याला स्थान नाही. मिहीरने मात्र आपलं अस्तित्व सांभाळलं. स्वामी सांगतात, ते आपण अनुभवतो आहोत. स्वामी म्हणतात की, 'जिथे गरजेकरता नाती आहेत, तिथून, तशा नात्यांतून काही अपेक्षा ठेवायची नसते.' खरं आहे. हे सत्य समजण्यासाठी आपल्याला सात महिने लागले...'

वैष्णवी स्वत:शीच हसली. तिला आयुष्य म्हणजे एक गंमत वाटू लागली. त्याच विचारात ती शमीच्या घराशी पोहोचली.

'तू? आत्ता? अशी अचानक? फोन नाही, काही नाही...

'आत येऊ?'

'ये की! मला आश्चर्य वाटलं म्हणून...'

'मस्त थंडगार पाणी दे.'

'बस. आणते.'

'परी कुठाय?'

'गेली मैत्रिणीकडे. विहंग अजून यायचाय आणि आई-बाबा गावी गेलेत.'

'झकास! म्हणजे फक्त तूच आहेस!'

'हो. चहा टाकते आणि मग गप्पा...'

'नको. चहा नको. तेवढा वेळही नाहीये. अगदी सहज आले.'

'काय झालंय एवढं? खूश दिसतेस?'

'हो. खूश आहे. छान वाटतंय.'

'सांग तरी!'

'मी नं, आज एका दारातून आत शिरले. अगदी नुसतं एकच पाऊल टाकलं आणि तशीच उभी राहिले. ते उघडं दार इतकं सुंदर दिसत होतं की, दारापाशीच खिळून राहिले. मग सावकाश दाराच्या आतलं पाऊल पुन्हा बाहेर घेतलं. उघड्या दाराची चौकट इतकी छान होती की, मंत्रमुग्ध झाले आणि तिथूनच, ती चौकट बघत बघत परतून आले.'

'वै, तू काय बोलतेस हे? मला काही कळत नाहीये.'

'त्यासाठी तसं दार दिसायला हवं. माणसं अधाशी होतात. जरा फट दिसली तरीही धक्के मारमारून आत घुसतात. आतलं सर्व काही ओरबाडून घेतात. तरीही समाधान मिळत नाही, समाधान होत नाही. मग दुसरी फट...! हा अधाशीपणा मीही केलाच केव्हातरी. आता मात्र सताड उघडं दार, सहजी आत जाता येतंय, पण आपल्यासाठी एक दार उघडं आहे, हे बघूनच समाधान होतंय. आत पाऊल टाकावसंच वाटत नाही.'

'वैष्णवी, नक्की काय झालंय? जरा सविस्तर सांगशील?'

'सांगता येईल असं काहीच नाही. पण अनुभवण्यासारखं मात्र खूप काही...! निघते मी.'

'अगं...'

'भेटू लवकरच. तेव्हा बोलू खूप काही. मन नुसतं भरून गेलेलं असलं ना तरी बोलता येत नाही. हे म्हणजे, असं आहे, की थांब. सांगते. आपण टोमॅटो केचअपची बाटली आणतो. दाट, घट्ट केचअप! उपडी करतो. बाटलीला तळाला बुक्के मारतो, तरी केचअप डिशमध्ये येत नाही. मग थोडी तिरकी करतो बाटली. हवेला वाट करून देतो आणि मग हळूहळू केचअप डिशमध्ये पडत रहातं! सध्या तसंच झालंय. मन कृतज्ञतेने दाट भरून आलंय. मनाचं भांडं रिकामं होण्यासाठी चार हवेचे बुडबुडे हवेत. तसे मिळाले की येते. मग संपूर्ण मनाचं भांडं तुझ्या पुढ्यात रिकामं करेन. चलते.'

शमी आश्चर्याने बघत राहिली. तोपर्यंत वैष्णवी निघाली आणि गाडीपाशी पोहोचली. शमीची नजर तिची पाठमोरी आकृती झेलत राहिली.

■

नऊ

घरात शांतता बघून वैष्णवीला आश्चर्य वाटलं. दादा, वहिनी, गौरी, जयूभाऊ, कधी नव्हे तो प्रतोषही ह्या वेळेला घरात होता.

'काय झालं गं सुष? सगळे एवढे शांत कसे काय? टी. व्ही.सुद्धा बंद?'

'मला माहीत नाही.'

'सांग ना! तू घरात आहेस आणि तुला माहीत नाही, असं कसं?'

'अं... मला.'

'सांग.'

'सांगू नको आईला - असं आत्या म्हणाली होती...'

'बरं. मी नाही काही बोलणार कुणापुढे. सांग.'

'आज आत्याने आणि काकूने आजीचं कपाट रिकामं केलं.'

'बरं मग?'

'सर्व साड्या आत्याने घेतल्या.'

'छान! बरं झालं.'

'चांदीची भांडी पण...'

'उत्तम!'

'काका म्हणाला, तीन वाटे करा, तर आत्या म्हणाली, प्रतोषला काय करायचीत ही भांडी? दारू प्यायला काचेचा ग्लास लागतो आणि मग शुद्ध नसताना चांदीच्या ताटात जेवला काय किंवा स्टीलच्या ताटात जेवला काय - सारखंच!'

'अरे वा! पुढे?'

'मग दोन वाटे केले. काकूने आणि आत्याने लगेचच बॅगेत भांडी भरून टाकली.'

'मस्त!'

'दागिनेपण...

'दोनच वाटे का?'

'हो. पण सागरला चेन दिली आत्याने आणि काकूने मला अंगठी दिली.'

'हरकत नाही. हे छान केलं दोघींनी. मग?'

'काका बँकेत गेला होता. पैसे घेऊन आला. बरेच होते वाटतं. बाबांचं आणि काकाचं आणि जयूकाकांचं भांडण झालं. बाबांना पैसे हवे होते. सगळेच्या सगळे. बाबा म्हणाला, तुम्ही सोनं, चांदी, साड्या सर्व घेतलंत, मी काही म्हणालो नाही. पण आता पैसेही घेताय हे चालणार नाही. सोनं-चांदीचे तीन भाग करा तरच पैशांचे तीन भाग होतील. नाही तर सर्व कॅश माझी.'

'मग?'

'भांडणं झाली खूप.'

'ते तर अपेक्षितच होतं.'

'मारामारीपर्यंत...'

'त्यातही काही नवीन नाही.'

'ममी, तुलाही काय काय बोलत होते.'

'मी इमॅजीन करू शकते. मग शेवट काय झाला?'

'माहीत नाही. मला आणि सागरला जबरदस्तीने बाहेर पाठवलं. मी समोरच्या बागेत गेले. सागरही होता बरोबर. पण मग तो पळाला कुठेतरी. मी एकटी. बराच वेळ बागेत होते. मग कंटाळा आला. घरी आले तर सागर घरातच होता. चांगला हसत होता एकटाच. मला इतका राग आला त्याचा... तो आपला हसतोय आणि घरात सगळे शांत. आपापल्या खोलीत.'

'म्हणजे?'

'काका-काकू आमच्या बेडरूममध्ये. आत्या-जयूकाका ह्या बेडरूममध्ये. बाबा किचनमध्ये चहा करतायत आणि हा आपला हॉलमध्ये बसून हसतोय.'

'बरं. चला. जेवणाचं बघते.'

'मी येऊ मदतीला.'

'सुषमा? तू मदत करणार!'

'हो.'

'चल. दोघी मिळून पटापट करून टाकू. मग मला ऑफिसचं कामही करायचं आहे.'

जेवणं शांततेत पार पडली. जसं हातावर पाणी पडलं, गौरी आणि जयू निघाले. 'जाते रे बाळा. नीट रहा हो. स्वत:ची काळजी घे. काही लागलं सवरलं

तर फोन कर मला. नाही तर घरी ये. जप हो.' असं म्हणत - डोळ्यांत न आलेलं पाणी पुसत गौरी बाहेर पडली.

'प्रतोष, आम्ही उद्या सकाळी निघतोय.'

'बरं, गुड नाईट.'

इतकंच बोलून प्रतोष बाहेर पडला. सर्व आवरून वैष्णवीने फाईल्स उघडल्या. घर शांत झालं होतं. दुखवटा कधीचाच संपला होता. पुष्पाबाईंच्या फोटोवर चढवलेला हार कधीचाच कोमेजला होता. 'फोटोतल्या नाकाला त्या कुजलेल्या फुलांचा वास येत असेल का?' त्या नेहमी म्हणायच्या, 'मी पदार्थ वासावरून बनवते. किती मसाला घालायचा हे वासावरून समजतं.' - अशा बायका म्हणजे सुग्रण! 'वासावरून मनुष्य ओळखतो.' अशा माणसांपैकी आपण, असा अभिमान होता, तर आपली मुलं कशी काय ओळखता आली नाहीत हो तुम्हाला?'

फाईलमधले पेपर्स फडफडले तशी वैष्णवी भानावर आली. लॅपटॉपची बॅग तिला हलकी लागली. खोलीभर शोधून झाला. मग ती मुलांच्या खोलीत गेली. सागर लॅपटॉपवर खेळत होता.

'सागर, मला लॅपटॉप हवा आहे.'

'मी खेळतोय.'

'उद्या खेळ. माझं महत्त्वाचं काम आहे. ते झालं की तू घे परत.'

'माझं खेळून झालं की तू घे.'

'पंधरा मिनिटं. ओ के?'

'सागर, दे रे आता.'

'तू थांब हं.'

'किती वाजले बघ. यापुढे दोन-अडीच तास जातील माझे. दे बघू.'

'तू जा गं.'

'सागर, इनफ!'

'खेचू नकोस.'

'दे तर मग.'

'नाही देत जा.'

'उद्धटपणा करू नकोस.'

'तू जा गं!'

'सागर.'

'आवाज नाही पाहिजे. माझ्या घरात राहून माझ्यावरच ओरडतेस?'

'काय?'

'मग? हे घर माझं आहे. माझ्यावर ओरडायचं नाही ह्या घरात.'
'सागर?'
'मी खेळतोय. मला डिस्टर्ब करू नकोस.'

वैष्णवी अवाक झाली. सागरचा हा नवा अवतार बघून थक्क झाली. दादा, वहिनी, प्रतोष नक्कीच ऐकत होते सर्व, पण कुणी मधे पडलं नाही; याचं वैष्णवीला आश्चर्य वाटलं. लॅपटॉप आणि घर - काय संबंध एक दुसऱ्याचा, याचा ती विचार करत राहिली. हताश झाली. फाईल्स बंद केल्या आणि ती आडवी झाली. झोप तर कधीचीच उडाली होती. खिडकीतून चंद्रकोर दिसत होती. हळूहळू ढगांनी चंद्रकोर झाकून टाकली. अंधुकसा चंदेरी प्रकाश काळोखात बुडाला.

'वैष्णवी, तुम्ही काल रिक्वेस्ट केलीत म्हणून तुम्हाला मी जाण्याची परवानगी दिली. आज सकाळी माझ्या टेबलावर प्रोजेक्ट्स लाइन अप् तयार असणार होतं.'
'सर, आय ॲम सॉरी. मी फाईल्स नेल्या होत्या बरोबर, पण, तुम्हाला माहिते की, माझ्या सासुबाई नुकत्याच...'
'कंपनी कान्ट सफर बिकॉज ऑफ युवर फॅमिली मॅटर्स ऑर प्रॉब्लेम्स!'
'यस सर.'
'जमत नसेल तर आत्ताच सांगा, मि. लुकतुके विल टेक द चार्ज!'
'नो सर. जस्ट वन डे. आत्ताच..'
'यू मे गो. नो फरदर डिस्कशन्स ॲंड प्रॉमिसेस. आय वॉंट रिझल्ट्स!'
'यस सर.'

काम संपेपर्यंत रात्रीचे साडेआठ वाजले. फायनल रिपोर्ट बॉसच्या टेबलावर ठेवल्यानंतरच वैष्णवी बाहेर पडली.

बेल वाजत राहिली. पण कुणी दार उघडायला आलं नाही. लॅच कीने दार उघडून वैष्णवी आत आली तर सर्व घर अस्ताव्यस्त. टीव्ही ढणाणा कोकलत होता. सुषमा खोलीचा दरवाजा बंद करून बसली होती आणि सागर वैष्णवीच्या बेडवर लोळत पडला होता. नेहमीप्रमाणे प्रतोष घरात नव्हताच.
वैष्णवी थकून सोफ्यावर बसली. रिमोटने टी. व्ही. बंद केला. खरं तर खूप तहान लागली होती. पाणी हवं होतं.
'सुष ऽऽ ए सुषमा ऽऽ'
'काय?'

'पाणी देतेस?'

'काय गं हा पसारा?'
'सागरला विचार.'
'तू आवरायचास तरी.'
'तो नाही म्हणाला.'
'आणि तू त्याचं ऐकलंस! छान.'
'डॅडी म्हणाले, तो सांगतोय ना, त्याच्या वस्तूंना हात नाही लावायचा, तर नको लावूस.'
'अस्सं!'
'भूक लागली.'
'चल, मला मदत कर. आत्ता होईल मग जेवण.'
'मला काम आहे.'
'खरंच काम आहे की, हेही सागरनेच सांगितलंय?'
'ममी... नाही. खरंच काम आहे. वाचते मी.'
'ठीक आहे.'

वैष्णवीला कळेना की, आपला हुकमी आवाज गेला कुठे? ऑर्डर सोडण्याची आपली वृत्ती इतकी बदलली कशी? आपणही बंड पुकारावं असं तिला वाटलं. पण ती काहीच करू शकली नाही. ओढणीला गाठ मारून तिने स्वयंपाकाला सुरुवात केली.

* * *

'काय साहेब? पत्ता काय तुमचा?'
'हॅलो, हॅलो, कसा आहेस?'
'साल्या प्रतोष, नाटकं करू नकोस. कधीपासून तुला फोन करतोय, नेहमीच्या पब्ज्मध्ये शोधतोय.'
'आई वारली रे माझी.'
'माहितेय आणि त्यानंतरची खबरही माहितेय.'
'काय?'
'सॉलिड मालदार झाला आहेस!'
'छ्याः! काहीतरीच!'
'टेपा लावू नकोस.'
'खरंच, मला काहीच मिळालं नाही.'

‘साल्या, पैसे परत करायला लागतील माझे म्हणून...’

‘ते तर तसेही द्यायचेच आहेत...’

‘मग? कधी देणार आहेस?’

‘लगेचच दिले असते. पण माझ्या बायकोच्या हातात सर्व चाव्या असतात. काय करणार?’

‘ते तुझं तू बघ. कधी देणार तेवढंच सांग.’

‘पुढल्या शनिवारी. इथेच भेटू.’

‘नक्की?’

‘डन!’

प्रतोष वैतागला. ‘ह्या राम्याला कशी काय बातमी लागली? तसा तो घारीच्या नजरेचाच आहे. गरगर फिरत रहायचं आणि सावज दिसलं की, टपकन टपकायचं. बाकी मातोश्रींनी बरीच माया गोळा केली होती. जिवंत होती तेव्हा पत्ता लागू दिला नाही. सतत, ‘मी काय साधी! माझ्याकडे कुठून असणार पैसे? मी कधी नोकरी केली नाही की व्यवसाय - सतत आपलं घर, मुलं आणि शेगडी!’ असा जप करत रहायची. पण बरं झालं. दादा, गौरीताईने दागिने घेतले. म्हणून तर पैशांसाठी आवाज चढवता आला. दोघांकडून लिहूनच घेतलं तसं. आता वैष्णवीची मिजास नको. प्रत्येक वेळी कुत्र्यापुढे हाडूक टाकल्यासारखी पैसे टाकते माझ्यासमोर! समजते काय स्वत:ला? मेहरबानी केली घरात घेऊन तर सरळ रहायचं. ते सोडून आवाज चढवते! आता गरजच नाही. गपगार रहायचं असेल तर रहा घरात, नाही तर चालू पड! चालू पडायचा सराव आहेच तिला. मग... जाऊ दे. सागर बेटा सवाई निघाला. माझ्यापेक्षा एक पाऊल. छे, दहा पावलं पुढे. मग मी कशाला काही बोलू? आपण शांत रहावं, पोरगं बापाचं काम हलकं करतोय. करू द्यावं. हां, तरी राम्याचे पैसे द्यायला लागतील. काय करावं? वैष्णवीकडूनच घ्यावेत. नाहीच म्हणाली तर सागर आहेच मदतीला.’

प्रतोष खुशीत आला. या आनंदाप्रीत्यर्थ त्याने अजून एक पेग रिचवला. मग शांतपणे सिगारेट शिलगावत, समोर चाललेल्या अंगविक्षेपांकडे डोळे भरून बघत बसला. चेव आणू शकणारे ते हावभाव बघत राहिला आणि आतल्या आत थंड पडत गेला. थिजला. आपलं पौरुषत्व हरवत चालल्याचं त्याला पुन्हा जाणवलं आणि मग एकापाठोपाठ एक ग्लास रिकामे होत राहिले.

* * *

'सागर, उद्या सकाळी लवकर तयार हो. आपल्याला ॲडमिशन घेण्यासाठी शाळेत जायचंय.'

'मी तुला सांगितलंय, मला नवीन शाळा नकोय.'

'मग?'

'मी माझ्याच शाळेत जाणार.'

'ठीक आहे.'

'हं! आता तू शहाणी झालीस.'

'बरं.'

सागरचा चेहरा बघण्यासारखा झाला. त्याला वाद घालायचा होता, पण या 'बरं'मुळे हवाच गेली. वैष्णवी ऑफिसला निघाली. तिला बरं वाटलं. हलकं वाटलं. शांतपणे बाहेर पडलो याचा आनंद झाला. परवाच स्वामी सांगत होते, 'नाही म्हणताना मोठ्या माणसांना आनंद होत असतो. 'नाही' - नकार म्हणजे अहंकार. केवळ वयाने मोठं होणं म्हणजे मोठेपण नव्हे. जेव्हा आपण नाही म्हणतो तेव्हा आपला अहंकार सुखावतो आणि समोरच्या माणसातला अहंकार जागृत होतो. त्या अहंकाराला खतपाणी घालणारे आपणच असतो. याचा अर्थ असा नाही की, सतत होकार देत रहायचं. याचा अर्थ इतकाच की, प्रतिक्रिया द्यायची नाही. वेळ द्यायचा. स्वत:ला आणि समोरच्यालाही!' 'मी स्वत:ला वेळ दिला आणि आज बऱ्याच दिवसांनंतर शांतता मिळाली. मी अजून एक पायरी वर आले. मिहीर, मी अजून एक दरवाजा माझ्यासाठी उघडला.'

वैष्णवी स्वत:शीच हसली. ऑफिसमध्ये पोहोचली तर तिच्यासाठी कामं तयारच होती. तिने स्वत:ला कामामध्ये झोकून दिलं. दुपारी एका क्लायंटबरोबर मीटिंग होती. ती लवकर संपली. मग तिला घरी जावंसं वाटेना. बऱ्याच दिवसांत आईकडे गेली नव्हती म्हणून ती तडक तिच्या दारात जाऊन उभी राहिली.

'आई, ताई आली.'

'आत्ता?'

'हो. आत्ताच आले गं!'

'वेळ तरी कसा मिळाला?'

'मिळाला. कशी आहेस?'

'छान आहोत. तू सांग.'

'त्या दिवशी गौरी...'

'झालं गेलं गंगेला मिळालं.'

'असं काय काय मिळतं गं गंगेत?'

'सर्वच. ती वाहत रहाते म्हणून मिळवून घेते. वाहणं थांबलं की, ती नासलीच म्हणून समज.'

'हे बरं आहे.'

'आयुष्यही तसंच आहे. तेही वाहतंय. पण कुणाला दिसत नाही.'

'मला लागलं दिसायला. मी थांबवत होते आणि म्हणून नासत होतं. पण आता तसं नाहीये.'

'छान! बरं वाटलं ऐकून.'

'मी चहा करते.'

'बस. दमतेस किती ते मी बघितलंय. मीच करते.'

'अगं पण...'

'मी आहे तोवर मला करू दे. उद्या तुझ्या भावजया आल्या की... पुढलं माहीत नाही.'

'अगं, एका चहाचं ते काय आणि पोहोचलीस मरणापर्यंत?'

'असंच असतं.'

आज वैष्णवीला ती दीड खोली मायेची ऊब देऊन गेली. तिला आज जाणवलं की, ही ऊब कायमच होती. त्या ऊबेला तीच गर्मी समजून चालत होती. इथे खूप मोकळा श्वास घेता येतो, गुदमरायला होत नाही हे तिला जाणवलं आणि मन भरून आलं. ती खूप मोकळं हसली. अगदी खदखदून हसत राहिली भावंडांच्या साध्या साध्या विनोदांवर. इतकी की शेवटी हसून हसून डोळ्यांमधून पाणी यायला लागलं. हे उघडं दार आपणच बंद केलं होतं याचा तिला पश्चात्ताप झाला. 'हे असंच होणार होतं. आपण कर्ता नसतोच, हे प्रत्येकाने लक्षात ठेवलं पाहिजे.' स्वामींच्या वाक्याने तिला या पश्चात्तापातून बाहेर येण्यास मदत केली. तरीही रुखरुख राहिलीच. 'ऐकणं आणि त्यावर हुकूम चालणं हे कधीकधी किती कठीण होऊन जातं...'

सागरच्या शाळेचा पहिला दिवस होता म्हणून वैष्णवी त्याला सोडायला गेली. परतीच्या मार्गावर तिला एकच समाधान होतं की, सागर घरीच राहणार होता. गौरीकडे जाण्यास त्याने नकार कसा काय दिला हे तिला कोडंच राहिलं. आपण बदललो की, समोरचाही बदलतो.

'ममी, तू एक ड्रायव्हर ठेव.'

'तो कशासाठी रे?'

'मला शाळेत सोडण्यासाठी आणि घेऊन येण्यासाठी.'

'शाळेच्या दारात बस आहे आणि स्टॉप आपल्या घरापाशीही आहे. मग गाडी कशासाठी?'

'तुला पण स्टॉप आहेच की दारात आणि तिथे ऑफिसजवळही आहे. तरी तुला गाडी लागते ना?'

'तुला स्कूल बस सुरू करू या.'

'टाईम वेस्ट होतो. मी अभ्यास कधी करू? सगळा वेळ बसमधेच जाईल.'

'मग तुला हवं होतं तसं कर. रहा तू गौरीकडे.'

'नको.'

'का?'

'माझं घर असताना मी तिच्याकडे का राहू?'

'मग?'

'मला गाडी हवी.'

'अरे पण...'

'तुलाच मी इथे यायला हवा होतो ना?'

'हो.'

'ड्रायव्हर बघ आणि गाडी माझ्यासाठी ठेव.'

वैष्णवीला सागरचं इथेच रहाण्याचं कारण समजलं. तिचा नाइलाज झाला. गाडी सागरसाठी ठेवायला ती तयार झाली. यथावकाश सुषमाचं कॉलेजही सुरू झालं. ड्रायव्हर सागरला शाळेत सोडून यायचा. मग सुषमाला कॉलेजला. मग घरी. प्रतोष मधल्या काळात गाडी वापरायचा. मग पुन्हा कॉलेज, तिथून घर, घरून सागरची शाळा,... वैष्णवी ट्रेनने प्रवास करू लागली. बऱ्याच गॅपनंतर ट्रेनचा प्रवास सुरू झाला आणि तिला कॉलेजमधले दिवस आठवले. दाराला लटकणं. चौथ्या सीटसाठीही भांडणं. कंगवे, टिकल्या, कानातले, अंगठ्या, काहीही विकत घेणं... आणि आता तर गाऊन्स, ड्रेस मटेरियलही ट्रेनमध्ये विकायला आलेलं बघून तिला नवल वाटलं. सात-आठ वर्षांत अनेक बदल झालेत, मग फेरीवाल्यांमध्येही व्हायला नकोत? खूप बदल जाणवत राहिले, पण बायकांचे चर्चा करण्याचे विषय मात्र तेच राहिलेत. तिला वाटलं, कितीही प्रगती होवो, बायकांसाठी मात्र तेच रूळ राहिलेत आणि रहातील. त्यांचा प्रवासही वर्षानुवर्षं याच रूळांमधून होत राहील-नवरा, नोकरी, मुलं... नवरा, नोकरी, मुलं... नवरा, नोकरी.. मुलं... धड धड... धड धड... धड धड...

■

दहा

'ममी, तू माझ्या कॉलेजमध्ये परत येऊ नकोस.'

'का बरं?'

'नको सांगितलं ना!'

'बरं, नाही येणार. आणि परवा आले होते, कारण तूच तुझी पुस्तकं घरी विसरली होतीस. तू सांगितलंस म्हणून तुला द्यायला आले.'

'चुकलं माझं.'

'सुष, काय झालं सांगशील?'

'तुला तुझ्या दिसण्याचा, सौंदर्याचा खूप अभिमान आहे ना?'

'हे काय नवीनच? आणि मी तशी कधी वागले? माझ्या दिसण्याचं कौतुक करत मिरवले?'

'माझ्या मैत्रिणी मला म्हणाल्या, 'तू तिची मुलगी वाटत नाहीस. तुझी आई किती सुंदर आहे!'

'असं सरळ सरळ म्हणाल्या?'

'अगदी तसं नाही, पण मला अर्थ समजला त्यांच्या बोलण्यातला.'

'दिसणं - रूप - अरूप कुणाच्या हातात असतं का?'

'नसेल. पण तरी तू येत जाऊ नकोस. मला लाज वाटते.'

'माझी?'

'माझी.'

एवढं बोलून सुषमा आत निघून गेली. तिला कसं आणि काय समजवावं

हे वैष्णवीला समजेना. 'खरंच आपण अजूनही सुंदर आहोत?' वैष्णवी आरशासमोर उभी राहिली. तिने स्वत:ला अगदी निरखून बघितलं. भुवयांच्या कमानी, लांब पापण्या, काजळ न घालताच, घातल्यासारखे डोळे, सरळ नाक. 'हो, अजूनही मी खरंच सुंदर दिसते.' नकळत वैष्णवीच्या चेहऱ्यावर हास्य फुललं आणि ती चक्क थोडीशी लाजली. नेमकी तेव्हाच सुषमा आत आली. आरशातलं स्वत:चं आणि सुषमाचं प्रतिबिंब एकत्र बघून दोघींतला जमीन-अस्मानाएवढा फरक वैष्णवीला गडद जाणवला. ती मनोमन खजील झाली. विनाकारण अपराधी वाटू लागलं... तिने आरशातूनच सुषमाकडे बघितलं. तिची दुखरी नजर तिला टोचत राहिली.

'मी अभ्यासाला जाते. मैत्रिणीकडे.'

'आत्ता?'

'सागर मला अभ्यास करू देत नाहीये.'

'चल, मी येते. त्याच्याशी बोलते...'

'सागर ऐकणार नाही.'

'बघू...'

'सागर, काय प्रॉब्लेम आहे? ताईला अभ्यास का करू देत नाहीयेस?'

'मी कधी नाही म्हणालो? करू देत की.'

'कसा करू? एवढ्या मोठ्या आवाजात गाणी ऐकतोस.'

'हेड फोन्स लावलेत...'

'तरीही आवाज बाहेर येतो.'

'हळू आवाजात ऐक ना...'

'ममी, ही इंग्लिश गाणी आहेत. ती अशीच ऐकायची असतात.'

'हॉलमध्ये बस.'

'तिला बसू देत.'

'अरे, पण टेबल इथे आहे ना...'

'तू माझ्या खोलीत चल आणि तू कधी अभ्यास करणार? टेंथ आहे तेव्हा...'

'ए ममी, सारखं ते टेंथ टेंथ करू नकोस हं.'

'बरं, चल माझ्या खोलीत.'

'मला हे असं चालणार नाही. आईच्या घरात माझ्यासाठी वेगळी रूम होती. ते तिचं घर असूनही. आणि हे माझं घर आहे, तरी मला वेगळी रूम नाही.'

'बरं. आत्ता तर चल. नंतर बघू...'

पाय आपटत सागर बाहेर आला.

'ड्रायव्हर कुठाय?'

'मला काय माहीत? आणि ड्रायव्हर काय म्हणतोस? हरीकाका म्हण ना!'

'हरी असो की आणिक कुणी. शेवटी तो ड्रायव्हरच. मी बघतो. तू त्याला एक मोबाईल दे ना! सारखं खाली जाऊन शोधावं लागतं.'

'आणि त्या फोनचं बिल कोण भरणार?'

'तू! अजून कोण? डॅडींकडे पैसे कुठे असतात? त्यांना तर जॉबही मिळत नाही, तर ते काय पैसे देणार?'

'जॉब नीट केला की मिळतो - टिकतो.'

'डॅड नीटच करतो काम, पण बॉसच साला...'

'सागर ऽऽ!'

'बॉसला शिव्या घातल्या तर तुला का राग येतो?'

'तुझे डॅड जॉब करतात का? कधी केलाय का?'

'तू उगीचच डॅडला बोलू नकोस.'

'कुठे निघालास?'

'भटकून येतो. लाँग ड्राईव्ह... गाणी ऐकण्यासाठी जातोय. माझ्याच घरात मलाच धड जागा नाही.'

'सागर, माझ्या रूममध्ये बस. जा.'

'तुझी रूम मला दे.'

'काय?'

'म्हणजे ताईला त्रास नाही आणि मलाही नाही.'

'मी आणि डॅडने कुठे रहायचं?'

'डॅड असू दे रूममध्ये. तू रूम बदल. तू रहा ताईबरोबर.'

'डॅडना सांगते...'

'तो नाही म्हणणार नाही.'

'एवढी खात्री आहे?'

'भांडता ना नेहमी तुम्ही... मग?'

'आता मी भांडते का?'

'गॉड नोज्...'

एवढं बोलून सागर निघून गेला. त्याने लावलेली इंग्लिश गाणी वैष्णवीला हॉलपर्यंत ऐकू येत राहिली.

वैष्णवी ऑफिसमधून आली आणि हॉलमधला पसारा बघून थक्क झाली. तिच्या कपाटातल्या सर्व वस्तू हॉलभर पसरल्या होत्या. तिडीक आली आणि ती बेडरूममध्ये गेली. पलंगावर पर्स भिरकवली, चपला तशाच टाकल्या आणि तिने

तिच्या कपाटाचं दार उघडलं. संपूर्ण कपाट सागरच्या कपड्यांनी भरलेलं होतं.

ती तशीच दुसऱ्या बेडरूममध्ये गेली. सुषमा नेहमीप्रमाणे काहीतरी वाचत बसली होती.

'सागर कुठाय?'

'मला वाटतं की, आत्याकडे गेलाय.'

'माझं कपाट त्याने रिकामं केलं?'

'हो.'

'तू काही बोलली नाहीस?'

'मी काय बोलणार?'

'का? मोठी बहीण आहेस त्याची! तू त्याला सांगू शकली असतीस की...'

'मोठी बहीण आहे हे खरं, पण आम्ही एकत्र होतोच कधी? आत्ता आठ एक महिने होत आहेत, एकत्र व्हायला लागलोय. बहीण-भाऊ हे नातं निर्माणच झालं नाही.'

'तू मला ऐकवतेस?'

'मग कुणाला सांगू? मी भाऊ-बहिणीचं नातं बघितलंय. नलिनी, तन्मय कसे वागायचे, किती प्रेम करायचे एकमेकांवर! भांडायचे, मारामारी करायचे. हसायचे - हसवायचे. मी एका कोपऱ्यात बसून रहायची. 'मला पण घ्या ना तुमच्यात' असं म्हणत रहायची. कधी घ्यायचे, कधी नाही. मी मग एकटीच सर्व बघत रहायची. बाथरूममध्ये जाऊन रडायची. मग हट्ट करायची. काकाकडे काय काय मागायची. नलूला आणलेला फ्रॉकच मला हवा असायचा. नलू गोरी म्हणून तिला लाल, हिरवा, निळा फ्रॉक आणला जायचा. मी काळी म्हणून मला फिकट रंगाचे फ्रॉक! मी अगदी वेडी होते. काळ्या रंगाला भडक कपडे चांगले दिसत नाहीत हे तेव्हा कळायचं नाही. हट्ट केला की, काका तिचे फ्रॉक मला द्यायचा. काकू चिडायची. मग तो राग जेवायला कमी देऊन बाहेर काढायची. तन्मय काळुंद्री म्हणून हळूच चिडवायचा आणि मग नलू-तन्मय एकमेकांकडे बघून हसायचे. मला भावाचं प्रेम फक्त दुरूनच माहितेय. मी ते अनुभवलं नाही आणि आता अचानक असा मोठा झालेला मुलगा समोर आलाय. भाऊ आहे, पण तो लहान वाटतच नाही. सुट्टीत भेटायचो, पण तेही काका पाठवेल तेव्हाच. त्याची परिस्थिती उत्तम अशी नव्हतीच. दोन-दोन वर्षं सागर भेटायचा नाही. प्रेम कुठून निर्माण होणार आणि मोठेपणाचा हक्क तरी काय गाजवणार?'

वैष्णवीचे डोळे भरून आले. शांत, एका सुरात आपली व्यथा सांगणारी पोरगी, तिला उराशी घट्ट कवटाळावं असं तिला वाटलं. ती पुढे झालीही, पण सुषमा अगदी निश्चल होती. शांत, थंड. भावनेचा लवलेशही चेहऱ्यावर नव्हता. ना वैष्णवीबद्दलचा तिटकारा, ना स्वत:बद्दलचा कळवळा. जणू पुस्तकातलं

एखादं पान तिने वाचून दाखवलं. वैष्णवी मागे फिरली. हॉलमध्ये आपल्याच कपड्यांवर तिने बसकण मारली. 'हे आपण काय केलं? ह्या वस्तुस्थितीला सामोरे कसे जाणार आपण? हवं तेव्हा सोडून गेलो आणि हवं तेव्हा परतलो. मुलांना प्यादी समजलो? नाही. आपण हे 'हवं होतं' म्हणून नाही केलं. आपला नाइलाज झाला होता. इथे जगणं कठीण झालं होतं. हाल होत होते. उपाशी मरत होते, मार खात होते... पण त्याचं सुषमा, सागरला काय? त्यांना एकच माहीत आहे. 'आपली आई आपल्याला टाकून गेली.' बरोबर आहे. चूकच. हो ना वै? मग आता ती चूक मान्य करून उभी रहा. हरणं हे तुझ्या स्वभावात नाही. त्यांना न मिळालेलं आईचं प्रेम दे. स्वामी सांगतात की, प्रेमाने सर्व काही जिंकता येतं. खूप प्रेम करा म्हणजे तुम्ही जास्त मोठे होत जाल. 'Love more and you will be more, Love less and you will be less. You are always in proportion to your Love.'

वैष्णवी उठली. ताठ उभी राहिली. सर्वप्रथम तिने डाळ-तांदूळ शिजत लावले. पदर खोचला आणि ती तिचे कपडे गोळा करू लागली. सागरचं रिकामं कपाट वैष्णवीच्या वस्तूंनी भरू लागलं.

'तू तिचं सामान सरळ बाहेर टाकलंस?'

'हो. डॅड घरात नसतोच. संपूर्ण रूम आता माझी.'

'भले...'

'आणि ताईची पण कटकट नको. नाही तरी पुस्तकातला किडा आहे ती.'

'गाडी स्वत: घेतलीस, लॅपटॉपही घेतलास, आता रूमही तुझी. मजा आहे.'

'एलसीडी घ्यायला पाहिजे रूममध्ये. हॉलमधला टी.व्ही. म्हातारा झालाय. थपडा मारल्या की चॅनेल बदलतं.'

'अभ्यास केव्हा करतोस?'

'करतो ना.'

'फर्स्ट क्लास मिळव. मग मीच देईन तुला एलसीडी.'

'खरंच?'

'अगदी खरं. सोना तो माझा.'

'ममीला आवडणार नाही तू एलसीडी घेतलेला.'

'तिला कोण विचारतंय? मी माझ्या सोन्याला काहीही देईन.'

'नको. ती चिडेल. मग भांडणं होतील.'

'होऊ देत. तुझ्यासाठी मी तिच्याशी भांडायला तयार आहे.'

'आई, तू खरंच किती चांगली आहेस.'

‘हो ना! किती तृप्त वाटतं रे तू आई म्हणालास की!’

‘आई आई...’

‘बोल बाळा.’

‘मी मस्त अभ्यास करेन. मी मोठा झालोय आता. मला सर्व समजतं. अभ्यास करायलाच हवा.’

‘शाब्बास!’

‘पण मग मध्ये कंटाळा येतो. सारखा अभ्यास आणि अभ्यास. चेंज म्हणून गाणी ऐकावीत तर ममी चिडते. ताईसुद्धा. गाणी ऐकता येत नाहीत. टी.व्ही. लावला तर ताईला त्रास होतो. हॉलमध्ये आहे ना तो. तिच्या बेडरूममध्ये आवाज जातोच. कितीही हळू लावला तरीही. तिथे कुणी फ्रेंडस्‌ही नाहीत.’

‘इथेच ये ना तू.’

‘मग गाडी मिळणार नाही.’

‘तेही खरंच.’

‘आत्ताच घेऊ या का एलसीडी? मी माझ्या खोलीत अभ्यास करत राहीन. कंटाळा आला की पंधरा-वीस मिनिटं टीव्ही बघेन की, पुन्हा अभ्यास. रूमचं दार बंद. कुणी डिस्टर्ब करायलाच नको. फर्स्ट क्लास मिळवायचाय ना?’

‘अरे पण...’

‘नाही. मी अगदी सहज म्हणालो. नको घेऊस.

‘तसं नाही रे...’

‘मी रागावलो नाही काही. मी मोठा झालोय. हट्ट करेन का आता.’

‘नाही करायचास. खरंच मोठा झालास.’

‘हो ना?’

‘शहाणा माझा सोन्या.’

‘बाबा कधी येणार?’

‘येतील आता.’

‘तुमची खूप आठवण येते गं मला.’

‘आम्हालाही येते. बेल वाजली बघ. उघडतोस दार? बाबाच असतील.’

‘सागर? मला वाटलंच तू असशील म्हणून. खाली गाडी बघितली.’

‘बाबा ऽऽ’

‘अरे हो. आत तर येऊ देत.’

‘खूप आठवण येत होती. पण यायला मिळत नव्हतं. सारखा अभ्यास अभ्यास आणि क्लास.’

'छान चाललंय ना सर्व?'

'ठीक आहे.'

'अगं, काय केलंस चिरंजीवासाठी खायला? आणि त्याला आपली नवी गंमत दाखवलीस की नाही?'

'कुठली बाबा?'

'हात्तेच्या... चल. हे बघ, इथे, ह्या भिंतीवर.'

'एलसीडी?'

'यस! आता तुझे आई-बाबा रात्री आरामात झोपून टीव्ही बघतात आणि हा बघ डेक!'

'वाव! सुपर्ब!'

'आहे की नाही मजा?'

'हो बाबा.'

'चहा घ्या. मी आत्ताच सागरला सांगितलंय, फर्स्ट क्लास मिळव, एलसीडी गिफ्ट देईन.'

'येस. नक्की देऊ. पण...'

'मला माझी रूम मिळाली बाबा.'

'म्हणजे?'

'सागरने वैष्णवीचं सर्व सामान बेडरूमबाहेर टाकलं. आता तो आणि प्रतोष त्या बेडरूममध्ये रहातात.'

'म्हणजे?'

'हो...'

'आणि वैष्णवी गप्प बसली?'

'बसायलाच हवं ना! घर माझं आहे. मला हवं तिथे मी रहाणार.'

'असं?'

'एलसीडी मी माझ्या खोलीत लावणार. तिथे मला तसं काही स्वातंत्र्यच नाही. गाणी ऐकायची नाहीत, टीव्ही बघायचा नाही, मित्र नाहीत... मग. मी एकटा असतो तिथे...'

'नको रे असं उदास होऊन बोलूस.'

'मग काय करू?'

'अहो, ह्याच्यासाठी आणायचा का एलसीडी?'

'आणूया की...'

'नको आई-बाबा, तुम्ही किती केलंत माझं. आता मला तुमच्यासाठी काहीतरी करायचंय. किती खर्च करता माझ्यासाठी...'

‘पोरगं मोठं झालं हो खरंच. आणि मी तुझ्यासाठी नाही करायचं तर कुणासाठी?’

‘नको आई...’

‘ते काही नाही, मी एलसीडी आणणारच...’

‘ममी भांडेल तुझ्याशी. माझ्यामुळे तुझा अपमान होईल. नको.’

‘ते मी बघेनच. कसा काय अपमान करते ते...’

* * *

सागर आरामात आपल्या पलंगावर लोळत, आरामात एलसीडीवर नाही नाही ती चॅनेल्स सर्फ करत होता. एका आठवड्याच्या आत एलसीडी मिळेल असं त्याला वाटलं नव्हतं. गरीब होऊन वावरणं हे हट्ट करण्यापेक्षा जास्त फायद्याचं आहे, हे त्याच्या लक्षात आलं.

वैष्णवी सर्व काही बघत होती, पण गप्प होती. तिला सतत एकच भीती वाटत होती, ‘आपला संसार संपला तर? तो संपून चालणार नाही. आत्ताशी सुरुवात होती. अजून बरंच काही पहावं लागणार, ऐकावं लागणार. ऐकू, पाहू! जेव्हा संयम सुटतोय असं वाटेल तेव्हा... तेव्हा... स्वामी आहेत, मिहीर आहे, शमी आहे.’ वैष्णवीला दिलासा मिळाला. तिने फायलीत डोकं खुपसलं. ऑफिसमधल्या जबाबदाऱ्याही वाढत चालल्या होत्या. जरा हातून काही रहातंय तर लगेचच सोम्या गोम्या हजर होताच तिची जागा घ्यायला आणि तिला हे परवडण्यासारखं नव्हतं. ‘तरी एक बरं आहे. बॉस चांगला आहे. आरडाओरडा करतो, पण समजूनही घेतो. नाही तर आपलं काही खरं नव्हतं. तो चांगला का वागतो? आपण चांगल्या दिसतो म्हणून? की आपण ‘स्त्री’ आहोत म्हणून? की दोन्ही कारणं बरोबर आहेत? स्वामी सांगतात, ‘काहीही करताना स्वत:ला ‘का?’ हा प्रश्न विचारा. त्याचं उत्तर मनाला पटतं का ते बघा. तुम्हाला उत्तरं अनेक मिळतील. मी हे अमक्यासाठी करतोय, तमक्याला बरं वाटावं, आनंद व्हावा म्हणून करतोय’ अशीच उत्तरं मिळतील; जी सपशेल खोटी आहेत. तुम्ही जे काही करता ते केवळ स्वत:साठी करता. कुणाला मदत जरी करत असलात तरी त्यात ‘मी’ मदत केली हा अहंभाव असतो. खरं आहे. मला हे आधीच समजायला हवं होतं. ही सर्व अक्कल जर आधीच आली असती तर आयुष्याचं वळण सरळ असतं.’ हा विचार तिच्या मनात आला आणि ती हसत सुटली. ‘वळण सरळ कसं असणार? ते तर गोलाकारच असणार. अर्धगोल, नागमोडी! मुलांनी सरळ वागलं पाहिजे. ती तशी वागली नाहीत की, इतरेजन म्हणतात, ‘मुलाला वळण नाही!’

वैष्णवी हसत राहिली. त्या हसण्यात वेदना होत्या, पण ते ती मान्य करत नव्हती. आतल्या आत झगडत होती. फाईलमधून लक्ष कधीचच उडालं होतं. वाऱ्याने फरफरणारी पानं - जणू त्यांनाही सुसाट व्हायचं होतं. पंचिंग मशिनने अंगावर पडलेली दोन भोकं आणि त्यावर क्लिपचा दाब... 'ही दोन भोकं म्हणजे सुषमा आणि सागर, ही क्लिप म्हणजे प्रतोष... त्यांच्यात अडकून, दबलेली. फरफरणारी मी- ह्या कागदांसारखी!' करू का मोकळं ह्या कागदांना? उडू देत, पसरू देत, हेलकावे खाऊ देत मनसोक्त... वारा नेईल तसा प्रवास करू देत...'

'ममी, मला झोप येते. लाईट बंद कर.'
'अं? हो. करते.'

'वैष्णवी, आजही तुमचं वर्क कंप्लिट नाही. आय कान्ट टॉलरेट धीस.'
'सॉरी सर.'
'व्हॉट्स द प्रॉब्लेम? यू आर सो कॉम्पिटंट - आय मीन यू यूज्ड टू! कमॉन टेल मी! मलाही उत्तरं द्यायची असतात. काय सांगू ॲथॉरिटीज्ना?'
'घरात शांतता नसते. आय कांट कॉन्सनट्रेट! ऑफिसमध्ये असले की अजून वेगळीच कामं निघत रहातात...'
'व्हाय डोंट यू डू वन थिंग?'
'व्हॉट?'
'ऑफिसचं गेस्ट हाऊस आहे. ओल्ड वन. तिथे आता कुणीच जात नाही. सगळे डायरेक्टर्स नव्या गेस्ट हाऊसमध्ये रहातात, व्हेन दे आर इन मुंबई. इफ यू वीश यू कॅन वर्क इन ओल्ड गेस्ट हाऊस! आय वील इनफॉर्म!'
'रिअली?'
'येस, बट आय वॉन्ट...'
'रिझल्ट्स'
'करेक्ट!'
'मी सांगेन तुम्हाला. अँड थँक्यू व्हेरी मच. आय वोंट लेट यू डाऊन.'
'गुड!'

वैष्णवी खरोखरच विचार करू लागली. गेस्ट हाऊस सोयीचं असणार. तिथे शांततेत काम करता येईल. नाहीतरी घर म्हणजे आवाज आणि आवाज. टी.व्ही.चा, एलसीडीचा, डेकचा... माणसांचा... फक्त एकाच माणसाचा, सागरचा...

या पोराचं काय करावं? त्याचं वागणं न समजण्यासारखं. त्या गौरीला पण अक्कल नाही. हा तिचा वापर करतोय, इतकंही तिला समजत नाही. सतरांदा त्याला बोलवत असते. शाळेपासून दहाव्या मिनिटांवर तिचं घर आहे, तरीही हा जात नाही. पण काही हवं असलं की तिच्या दारात उभा! आत्तापर्यंत इतके वेळा गेलाय, काही ना काही घेऊनच आलाय. हे तिला कळत कसं नाही? माझ्यावर सूड उगवण्याची तिची ही पद्धत सागरचं नुकसान करते इतकी पण समज नाही? आणि सागर? स्वत:चं वाटोळं करून घेतोय. दार लावून घेतो, अभ्यास करतोय असं सांगतो आणि गाणी ऐकत रहातो. समोर टी.व्ही.पण चालू असतो. गेम्स खेळत रहातो. लॅपटॉपची गरज मला आहे, हे तो जाणतो आणि म्हणूनच देत नाही. प्रतोषला काही फरकच पडत नाही. आधीही पडत नव्हता. त्याची चैन चालू आहे. आणि सुषमाला आपला त्रास होतो. तिला शांतता हवी. शेजारी मी नको. त्या दिवशी म्हणाली, मला शेजारी कुणी झोपलं असेल तर झोप लागत नाही. आपण मग खाली सतरंजीवर झोपायला सुरुवात केली. सगळे वाट बघतायत, मी कुठल्या गोष्टीसाठी विरोध करते का याची. ज्या दिवशी मी विरोध करेन, त्या दिवशी घरात बॉम्बस्फोट होतील. टारगेट असेन मी! दोघांपैकी कुणीही विचारणार नाही की, ममी तू आम्हाला टाकून घर सोडून का गेलीस? आणि आश्चर्य वाटतं ते एकच की दोन्ही मुलांचं सर्व करते मी, पण दोघांनाही जवळचे वाटतात त्यांचे डॅडी! प्रतोष, जो काहीही करत नाही... म्हणूनच जवळचा वाटतो का?'

'प्रतोष, सागरची परीक्षा सुरू होते परवापासून...'

'हो का? छान!'

'तू त्याला सेंटरवर सोडायला जा.'

'सोडायला? तो काय लहान आहे? आणि हरी आहेच ना! गाडी...'

'सर्व कामं हरी कशी काय करेल? शेवटी तो एक ड्रायव्हर. दहावीची परीक्षा म्हणजे किती महत्त्वाची... करीयर अवलंबून...'

'काय नाटकं चाललीत दहावीसाठी? जो तो बघावं, तो जास्तच होत चाललंय दहावीचं प्रस्थ.'

'खरं आहे. तरी जायला हवं.'

'माझ्या वेळेला आई-बाबांना माहीतही नव्हतं, मी कधी परीक्षा देतोय ते. मग सेंटर आणि सेंटरवर सोडायला येणं म्हणजे दूरची बात. ऑल हंबग!'

'तुझा काळ वेगळा होता. आणि तसं जरी झालं असलं, म्हणून आत्ताही तसंच व्हायला हवं का?'

'तू जा ना. मला काम आहे.'

'गेले असते, पण माझी मीटिंग आहे आज.'

'तुझी मीटिंग महत्त्वाची आणि माझी कामं बिनमहत्त्वाची?'

'प्रतोष, मला माहितीयेत कामं तुझी. त्या शेलारांकडे जायचं असणार तुला आणि...'

'गप्प बस. माझं डोकं खाऊ नकोस. मी जाणार नाही. तुला जायचं असेल तर जा...'

'कुणीच येऊ नका. मी माझा जाईन. आणि सेंटरवर आई-बाबा येणार आहेत. बाबांनी सुट्टी घेतली माझ्यासाठी.'

'झालं तर मग. प्रश्नच सुटला वैष्णवी. तू जा मीटिंगला.'

'नको. मी कळवते ऑफिसमध्ये. सागर तयार हो. हॉल तिकीट घेतलंस? पॅड, पेन्सिल, पेन...'

'हो.'

'मी तयार होते तोपर्यंत खाऊन घे.'

सेंटरवर मुलांची आणि पालकांची गर्दी होती. सीट नंबर कुठल्या क्लासमध्ये आहे, हे बघण्यासाठी नोटीस बोर्डसमोर झुंबड होती. सागरचा क्लास वैष्णवीने शोधला आणि ती सागर जिथे थांबला होता तिथे गेली. गौरी, जयूभाऊ, सागर... आणि प्रतोष?

'तू कसा काय इथे?'

'मग? यायला नको? आज पहिला पेपर आहे सागरचा. तोही दहावीचा! मला त्याला सरप्राईज द्यायचं होतं. काय सागर, मजा आली ना?'

'हो, डॅड, मजा आली.'

'पळा मग आता. मस्त लिही पेपर. मी निघतो. मला काम आहे.'

'ओ के डॅड.'

'बाय.'

'ममी तू पण जा. आई-बाबा आहेत. तू जा.'

'जाते. तू आधी आत तर जा.'

'मी जाईन. ओ के बाय... निघ तू.'

वैष्णवी नाइलाजाने निघाली. खरं तर पेपर संपेपर्यंत थांबायची तयारी होती तिची. ऑफिसला जाण्यात आता काही अर्थ नव्हता. मग निदान सागरसाठी थांबल्याचं समाधान तरी मिळालं असतं, असं तिला वाटत राहिलं. प्रतोष

मुद्दामून आला हे तिने जाणलं. तिला खिजवण्यासाठी आणि स्वत:चा मान वाढवण्यासाठी आला होता. त्याला काहीही काम नव्हतं हेही तिला माहीत होतं. ती निघाली. घरी जावं असं वाटेना, तरीही ती घरी गेली. तिने सहज सागरच्या खोलीत डोकावून बघितलं. प्रतोष पलंगभर पसरला होता. उताण्या प्रतोषचं सुटलेलं पोट नजरेत खुपत होतं. उघडाबंब, काळा प्रतोष बघून क्षणभर तिला शिसारी आली. प्रतोषने अचानक डोळे उघडले.

'तुला काम होतं ना? म्हणून तू गाडी घेऊन आलास. हेच तुझं काम का?'

'अपॉइंटमेंट कॅन्सल झाली.'

'खोटं.'

'तुला तसं वाटत असेल तर मी काय करणार?'

'तू शाळेत, म्हणजे सेंटरवर जाणार होतास तर मला सांगायचंस ना तसं. माझी मीटिंग...'

'कौतुक नकोय. नव्हतं सांगायचं मला. झालं समाधान?'

'मी नोकरी करते म्हणूनच हे घर चाललंय. तुला हवा तेव्हा पैसा पुरवू शकते. त्याचं...'

'ए, मिजासी नकोय. हवा कुणाला आहे तुझा पैसा? आणि घर चालवण्यासाठी मी आहे.'

'हो का? मग का मागितलेस पैसे माझ्याकडे? का द्यायला लावलेस? कशासाठी गोड गोड बोलत राहिलास?'

'मी? बोललो असेन. मला आठवत नाही. आणि पैसे परत करेन तुझे?'

'कधी?'

'ताबडतोब?'

'दे. आत्ताच दे.'

'घरात असतात का इतके पैसे? संध्याकाळी बँक उघडली की देईन...'

'वाट बघा! हो ना?'

'मी झोपतोय, एसी लाव आणि जाताना दार बंद करून घे.'

'वैष्णवी, आय ॲम सॉरी बट यू आर नो मोर ऑन धिस प्रोजेक्ट.'

'सर...'

'आय ॲम सॉरी.'

'हरकत नाही. पण ऐकून तर घ्या.'

'बोला.'

'माझा मुलगा दहावीत आहे. काल त्याचा पहिला पेपर होता, त्यामुळे...'

'काल डील फायनल होणार होतं. ह्या प्रोजेक्टच्या इनचार्ज तुम्ही होतात. तुम्ही मीटिंगमध्ये प्रोजेक्ट मांडणार होतात...'

'हो सर... सर...'

'यू मे गो, आणि प्रोजेक्ट माझ्याकडे हॅंडओव्हर करा. जे काही तुम्ही या प्रोजेक्टचं वर्किंग केलं आहेत, आय वॉंट व्हेरी इमिजिएटली, राईट नाऊ.'

'सर, आय हॅव वर्कड् व्हेरी हार्ड... ते मीच पुटअप करू शकेन. आज आत्ता मीटिंग बोलवा. लेट मी एक्सप्लेन अॅंड देन यू डिसाईड.'

'प्लीज गो.'

वैष्णवी हताश होऊन केबिनबाहेर आली. कलिग्जच्या नजरा तिच्यावरच होत्या. त्या नजरांना उत्तरं द्यायची गरज नव्हती. ती सरळ तिच्या केबिनमधे गेली. आपला हुद्दा, आपली हुशारी, आपली मेहनत याची जराही जाण नसणाऱ्या प्रतोषची तिला अचानक चीड आली. काही केल्या तिला शांत होता येईना. बॉसने सांगितल्याप्रमाणे तिने पेन ड्राईव्ह घेतला आणि ती बॉसच्या केबिनचं दार नॉक करून उभी राहिली. क्षण-दोन क्षण.. बॉसचे शब्द ऐकू आले,

'यस, कम इन.'

'सर, हे पेन ड्राईव्ह. सर्व प्रोजेक्ट ह्यात आहे. यू कॅन गो थ्रू. अॅंड इफ यू विश आय विल लाईक टू एक्सप्लेन.'

'गो अहेड...'

बॉसच्या लॅपटॉपवर भरारा स्क्रीन सरकू लागला, आकडे वरखाली होऊ लागले. डिझाईन्स नाचू लागली... बॉस अचंबित झाला. वैष्णवी अव्याहत बोलत होती आणि मग शेवटचं पान आलं. प्रॉफिट दाखवणारं...

'फॅन्टास्टिक!'

'थॅंक्यू सर!'

'प्लीज कॉल मीनाक्षी, रानडे, सप्रे अॅंड देसाई, यू वील हॅव टू रिपीट...'

वैष्णवीला जेवायला साडेतीन वाजले. खरंतर भूक नव्हती. तिच्या यशाने तिचं मन आणि पोट भरून गेलं होतं. पण आता शांतता हवी होती. डू नॉट डिस्टर्ब असं ऑपरेटरला सांगून ती रिलॅक्स झाली. थंडगार पोळी-भाजी घशातून उतरत नव्हती म्हणून तिने टिफीन बंद केला. नेस कॅफेची ऑर्डर दिली आणि खुर्चीत रेलली. फ्रेंच विंडोजमधून अनेक इमारतींच्या पाण्याच्या टाक्या दिसत

होत्या. रंगीत, वेगवेगळ्या आकाराच्या. 'पूर्वी असं नव्हतं. एक चौकोनी ठोकळा उभारायचा. तोही जरा ओबडधोबडच. मळलेला - पोपडे उडालेला. पण आता तसं नाही. पाण्याच्या टाक्यांना महिरपी आकार, तर कुठे रंगीत कौलं... सर्व काही बदलतंय. बदल व्हायलाच हवेत. सर्व तऱ्हेचे बदल. माणसांमध्येही बदल. माणसांमधले बदल आतून व्हायला हवेत. फक्त सेंटरवर पोहोचवून सरप्राईज देणं म्हणजे मुलावर प्रेम आहे हे दर्शवणं काही खरं नव्हे. आणि बायकोची अडवणूक करण्यातच आजन्म सुख मानणारी माणसं, आतून कधी बदलतील का?'

'येस, कम इन.'
'मॅडम, कॉफी.'
'थँक्स!'

'ह्या फ्रेंच विंडोज मात्र मस्त आहेत. प्रशस्त! जमिनीपासून आकाशापर्यंत सर्व आरपार. स्वच्छ दिसतं. उगवणारा चंद्र आणि मावळणारा सूर्यही! झाडांचा शेंडा आणि बुंधाही!'

वैष्णवीला सर्व छान, सुंदर, प्रसन्न वाटत होतं. मनावरचं दडपण कमी झालं की नजरेसमोर असूनही न दिसलेल्या गोष्टी दिसायला लागतात, तिचं तसंच झालं. ह्या आनंदात, प्रसन्नतेत सहभागी व्हायला मिहीर हवा.

'हॅलो.'
'बोलो सरकार...'
'काही नाही. सहजच फोन केला.'
'बोल ना मग...'
'तुझा आवाज ऐकायचा होता. ऐकला. ठेवते फोन.
'मॅडम, हे नवीन काय चाललंय? गेल्या वेळेला भेट म्हणालीस - आलो तर, तशीच निघून गेलीस. त्यानंतर आज फोन करतेस... आणि काही बोलत नाहीयेस.'
'मी खूप पायऱ्या वर आले आहे मिहीर... खूप...!'

परीक्षा संपली आणि सागर मोकाट सुटला. गाडी, ड्रायव्हर आणि तो. कधी काही समजवायला जावं तर अरेरावी करायचा. उलट उत्तर देणं, म्हणजे साधं बोलणं. हातात पैसा पडला की शांत, नाही मिळाला तर गौरी होतीच. सुषमा आता जास्त घरात नसतेच. कॉलेज मित्र-मैत्रिणी. रूपानं ती डावी असली तरी तिच्या वाचनाच्या छंदामुळे, वक्तृत्व स्पर्धेत, कॉलेज कट्टा ह्यासारख्या ॲक्टिव्हिटीजमध्ये ती चमकू लागली. 'ज्ञान' रूपावर किंवा कुरूपतेवर मात करतं,

हे तिच्या बाबतीत अगदी खरं ठरत होतं. सुषमा 'हसणं' शिकत होती. वर वर बघता घर बांधलं जातंय असंच वाटत होतं. वैष्णवी सैल झाली. निर्धास्त झाली.

ऑफिसमध्ये शमीला बघून वैष्णवीला आश्चर्य वाटलं. आनंद झाला.

'मग काय करणार? तुला वेळ नाही, मग म्हटलं आता आपणच जावं.'

'झाली भडिमाराला सुरुवात?'

'चल.'

'कुठे?'

'प्रश्न विचारायचे नाहीत. चल.'

'बरं.'

'मला मस्तपैकी शॉपिंग करायचं आहे. विहंगचा वाढदिवस आहे परवा.'

'अरे... मी विसरलेच होते.'

'ते स्वाभाविक आहे. कुटुंबवत्सल बाई तू...'

'शमी ऽऽ!'

'का गं? चेहरा का बदलला?'

'काही नाही. चल. मस्त शॉपिंग करू.'

शमीमुळे वैष्णवीनेही बरंच शॉपिंग केलं. कितीतरी महिन्यांनंतर. मुलं खूश होतील म्हणून आणि उपचार म्हणून प्रतोषसाठीही...

'दिवस छान गेला नाही वै?'

'हो गं! खरंच छान!'

'पुन्हा कधी भेटशील?'

'बघू.'

'ठरव की!'

'ठरवायला काहीच नको. ठरवलं जरी, तरी तसं घडतंच असं नाही. मग उगीचच उदासीन वाटतं. त्यापेक्षा अनपेक्षित घडलं काही... आजच्यासारखं की मग आनंदाला तोटा नाही.'

'तू संत हो आता. माँ वगैरे...'

'नको. मला तसं कधीच होता येणार नाही. माणूस होते आहे, तेच छान! निघू या?'

शमी वैष्णवीकडे आश्चर्याने बघत राहिली. तिला कॉलेजपासूनची वैष्णवी आठवू लागली. आणि आत्ताची वैष्णवी... इतका फरक?

■

अकरा

'तुम्ही दोघं जाणार? मी पण येणार?'

'अरे वेड्या, तुझा पासपोर्ट तरी आहे का?'

'काढूया ना.'

'तो म्हणजे– पासपोर्ट– रेल्वेचं तिकीट आहे? उभं राहिलं खिडकीशी आणि मिळालं?'

'आई, ते मला माहीत नाही. मी पण येणार, बास.'

'अगं, यायचं म्हणतोय तर येऊ देत की! पासपोर्टचं मी बघेन.'

'ग्रेट.'

'आणि पैशांचं काय? आपणच खर्च करायचा?'

'मी ममीला सांगेन.'

'ती द्यायची नाही.'

'डॅडकडे मागेन.'

'आईनं दिलेले पैसे संपलेसुद्धा असतील एव्हाना. बारमध्ये... '

'मी बघेन पैशांचं. बाबा, तुम्ही पासपोर्ट काढा.'

'डॉक्युमेंट्स आणून दे. रेशनकार्डची झेरॉक्स, तुझे आठ-दहा फोटो, इलेक्ट्रिक बिल...'

'उद्याच देतो.'

'ओ. के.'

'थँक्यू आई-बाबा, तुम्ही खरंच ग्रेट आहात.'

'सोन्या माझा.'

सागर खूश झाला. तो वैष्णवी घरी यायची वाट पहात होता. जशी ती आली, सागरने सुरुवात केली...

'ममी, मला रेशनकार्डची झेरॉक्स हवी आहे. इलेक्ट्रिक बिल हवं आहे.'

'कशासाठी?'

'पासपोर्ट काढायचाय.'

'कशाला?'

'मी सिंगापूरला जातोय.'

'काय?'

'आई-बाबांबरोबर.'

'का?'

'फिरायला. मला दे.'

'जातोय म्हणजे? तू विचारायला हवंस की 'जाऊ का?'

'कुणाला?'

'मला, डॅडीला.'

'पण का विचारायचं?'

'सागर, उलट बोलू नकोस.'

'उलट काय त्याच्यात?'

'तू काही बोलूच नकोस.'

'इथे कोणाला बोलायचंय तुझ्याशी.'

'मग का बोलतोयस?'

'गरज पडली ना, म्हणून. मला रेशन कार्ड...'

'मिळणार नाही.'

'हे तू कोण सांगणार? आणि माझ्याच घरात, मलाच ओरडतेस?'

'माझं घर म्हणजे?'

'माझंच आहे. मला रेशन कार्ड दे.'

'ममी, देऊन टाक त्याला. मला भांडणं नको आहेत.'

'सुषमा, तू काय बोलतेस समजतंय?'

'हो. तसाही तो जाणारच, मग दे आणि शांत रहा.'

'ठीक आहे.'

'येस्स्स्!'

वैष्णवी त्रासली होती. हे नवीनच सुरू झालेलं नाटक तिला मान्य होत नव्हतं. गौरी अजून किती त्रास देणार आहे, याचा अंदाजच येत नव्हता. सागर

फक्त सोयीपुरता इथे रहातोय आणि सुषमा नाइलाज म्हणून इथे रहात्ये, असं तिला तीव्रतेने वाटू लागलं. 'आणि आपण? आपण इथे कसे रहातोय? प्रेम आहे म्हणून, नाइलाज आहे म्हणून की सोय म्हणून?' या स्वत:लाच विचारलेल्या प्रश्नाने ती दचकली. तिने स्वत:ला उत्तर द्यायचं टाळलं. तिला तो प्रश्न नको होता आणि त्यावर विचारही करायचा नव्हता. ती उठली आणि कपाटातून रेशनकार्ड घेऊन आली. इलेक्ट्रिक बिलही सोबत होतंच.'

'ह्या कार्डाचा तुला काहीही उपयोग नाही.'

'का?'

'ह्यावर अजून आपलं कुणाचंच नाव लिहिलेलं नाही. हे आजीचं, म्हणजे त्यांचं, त्या असतानाचं कार्ड आहे. आपण तिघंही इथे रहात नव्हतो, त्यामुळे आपली नावं नाहीयेत.'

'मग आता?'

'आजीचं मृत्युपत्र सबमीट केलंय आणि आपण इथे रहातोय, फॉर्म्स भरलेत. पण ते सरकारी काम आहे. नवीन रेशनकार्ड कधी येईल - माहीत नाही. हे कार्ड घे आणि हे फॉर्म्स भरलेत त्याची झेरॉक्स कॉपी. दे तुझ्या बाबांना आणि करू देत त्यांना पुढलं काम.'

'ते का करतील? त्यांना ऑफिस असतं. तू कर'

'मलाही ऑफिस असतं.'

'सुट्टी घे.'

'जमणार नाही. डॅडला सांग.'

'सांगेनच.'

'ओ. के.'

वैष्णवीला भणभणायला लागलं. हा मुलगा काहीही करू शकतो. स्वत:पलीकडे याला कुणीही दिसत नाही. दिसणार नाही. हा प्रतोषच्या वळणावर गेलाय अगदी. प्रतोषच्या, की माझ्या? मी पटकन आधी प्रतोषचं नाव घेतलं. स्वामी म्हणतात, स्वत:ला तपासा. 'स्वत:च्या आत, खोलवर जा. तुम्हाला तुमचीच भीती वाटेल. स्वत:चं खरं रूप बघण्यासाठी धैर्य लागतं. ते तुम्ही एकदाच दाखवा, म्हणजे तुमचा परतीचा प्रवास सुरू होईल.' खरं आहे. मी जर माझ्या आत खोलवर जात्ये तर तिथे मला भयाण अंधार दिसेल. सागर माझ्याच वळणावर गेलाय. मान्य करायलाच हवं आणि जर मान्य आहे तर उगाचच त्याला कशाला दोष द्यायचा? मी परतीचा प्रवास सुरू केलाय, हे त्याला कसं समजणार? त्याच्या परतीच्या प्रवासाची सुरुवात व्हायला अजून पुष्कळ अवकाश

आहे. पुष्कळच...'

'सागर, हा फॉर्म घे. मी त्यावर सही केली आहे. त्यावर डॅडची सही घे. आमच्या सह्यांशिवाय तुझ्या पासपोर्ट ॲप्लिकेशनचा काहीही उपयोग नाही आणि हे रेशनकार्ड...'

'तू केलंस काम? माझ्यासाठी?'

'हो.'

'मला घाबरलीस?'

'नाही. आईला मुलाची भीती का वाटेल?'

'वाटणारच.'

'पण का?'

'आहे एक मजा, धमाल...'

'बरं. हे सर्व बाबांना नेऊन दे.'

'चाललोच आत्ता.'

'ममी, तू खरंच त्याला सिंगापूरला पाठवणार आहेस?'

'मी कोण पाठवणार? माझ्याजवळ तेवढे पैसेही नाहीत. गौरी घेऊन जाते ना...'

'आत्या? ती तर फक्त त्याला सोबत म्हणून... म्हणजे ती जाते म्हणून हा... खर्च नाही करणार ती त्याचा!'

'काय?'

'हो. परवाच फोनवर बोलत होता तो तिच्याशी. तिला सांगत होता, की ममीकडून पैसे घेणार आहे. नाही दिले तर आई, काळजी करू नकोस, हे माझं घर आहे.'

'म्हणजे?'

'मला नाही माहीत.'

'पण घराचा आणि सिंगापूरला जाण्याचा, मी पैसे न देण्याचा संबंधच काय?'

'त्यालाच विचार.'

'प्रतोष घरी आहे?'

'नाही.'

'फोन लाव त्याला...'

'बंद आहे.'

'बरं.'

* * *

'मिहीर, मला सांग, हे असं सर्व आहे. यामागे काय कारण असेल? सागर जाता येता, 'माझं घर' असं म्हणतो...'

'इतक्या वर्षांनी घरी आलाय स्वतःच्या. हक्क दाखवत आहे. दुसरं काय?'

'जरूर दाखवावा - पण हा असा? आणि तोही फक्त मला? माझ्यासमोर? असं का?'

'हे सर्व प्रश्न निरर्थक आहेत. यू नो दॅट. प्रत्येक प्रश्नाचं उत्तर, सॉरी टू सो पण तुझ्यापाशी येऊन थांबतं.'

'पण हे पूर्ण सत्य नाही. मी कशी रहात होते आणि आत्ताही कशी रहाते? मिहीर, परतण्याचा निर्णय मी घेतला, चूक केली का रे?'

'त्यावर चर्चा कशासाठी? जे घडून गेलंय त्यावर बोलू नये. मनस्तापाशिवाय काहीही हातात पडणार नाही.'

'आणि जे अज्ञात आहे त्याची काळजी करत बसू नये. बेचैन होण्यापलीकडे काहीही घडणार नाही.'

'कमॉन, ग्रेट! हात मिलाओ.'

वैष्णवीने सहज हात पुढे केला. मिहीरने तो हातात घेतला. कितीतरी दिवसांनंतर दोघं तो स्पर्श अनुभवत होते. त्या स्पर्शात दिलासा होता. भविष्याशी लढण्याची ताकद होती. वैष्णवी शांत झाली. स्वच्छ, पारदर्शक झाली. मिहीरच्या स्पर्शाने जसे आधी रोमांच अनुभवले जायचे, त्याचा आता लवलेशही नव्हता. तिला याच गोष्टीचा आनंद झाला. आपण खूपच पायऱ्या एका दमात चढून वर आलो आहोत; ती काळोखी, भयाण खोली आपण पार केली आणि स्वच्छ सूर्यकिरणांच्या वर्षावाखाली उभे राहिलो आहोत असं वैष्णवीला वाटलं. त्याच आनंदात तिने घर गाठलं.

* * *

सागरचा पासपोर्ट मिळण्यासाठी बराच काळ लागत होता. त्याच्या हट्टाखातर गौरीने सिंगापूरची ट्रीप पुढे ढकलली. तोपर्यंत दहावीचा रिझल्टही लागला. अधीरतेने वैष्णवीने लॅपटॉप ऑन केला. बोर्डाची साईट ओपन केली. सागरचा सीट नंबर फीड केला. ओ के बटण दाबलं आणि स्क्रीनवर दिसणारं वाक्य बघून ती खचली. 'चेक वीथ युवर स्कूल.' एकदा - दोनदा - दहादा... सागर नापास झालाय, हे तिला मान्य करायला कठीण जात होतं. सागरच्या रूममध्ये वैष्णवी गेली तेव्हा तो बेडवर लोळत पडला होता.

कानांना हेडफोन्स होते आणि समोर भिंतीवरचा एलसीडी बायकांचं कॅटवॉक दाखवत होता.

'सागर, सागर...'

त्याने जरा नाराजीनेच हेडफोन्स काढले.

'काय?'

'तू नापास झाला आहेस.'

'हं.'

'तुला याचं काहीच वाटत नाहीये?'

'पुढल्या परीक्षेत पास होईन.'

'प्रतोष ऽऽ, प्रतोष, तू आधी बाहेर ये बाथरूममधून... प्रतोष.'

'काय किंचाळतेस, आग लागल्यासारखी?'

'लागलीच आहे. हा घोडा - नुसता लोळत पडलाय, आज रिझल्ट आहे, त्याचं त्याला काहीच नाही. नापास झालाय तो.'

'तू आरडाओरडा करू नकोस.'

'मी हे सहन करू शकतच नाही. उठ आधी. ही घाणेरडी चॅनेल्स बघत रहातोस, म्हणून तुला टीव्ही हवा होता?'

'ममी, तू दिला नाहीयेस तो मला. हा प्रश्न मला फक्त आई विचारू शकते.'

'नाही, तिला हा अधिकारच नाही. तिला जाणीवही नाही. ती असती तर तिने तुझे हे महागडे, बिनकामाचे हट्ट पुरवलेच नसते.'

'आईला बोलायचं काम नाही.'

'हो? अस्सं!'

'काय झालं ममी?'

'सुष, हा गधडा नापास झालाय.'

'कशावरून?'

'रिझल्ट बघूनच बोलते.'

'पण शाळेत रिझल्ट दुपारी दोननंतर मिळणार आहे.'

'बघ, ऑनलाईनवर जा, चेक कर.'

'उगीच तमाशा करू नकोस हं. मी बाबांना सांगेन.'

'ते आई-बाबा गेले खड्ड्यात.'

'त्यांना बोलायचं काम नाही. सांगितलं ना एकदा!'

'एक तर नापास झालायस, वर तोंड करून बोलतोयस आणि ज्यांनी तुझे नको ते लाड पुरवून तुला बिघडवलं त्यांची बाजू घेऊन मला

बोलतोयस? चालायला लाग त्यांच्याकडेच. जा, रहा तिच्याकडे जाऊन. क्षणभरही थांबायचं नाही इथे. उठ.'

'ए, तू चालायला लाग. हे घर माझं आहे. मी इथेच रहाणार.'

'माझं घर, माझं घर, बघावं तेव्हा हेच बोलत असतोस. माज आलाय.'

'नाही. हे घर माझं आहे.'

'प्रतोष, सुषमा, तुम्ही काहीच बोलत नाही आहात?'

'ते काय बोलणार? मी बोलतोय ना? हे घर माझं आहे. मला हवी तीच माणसं इथे रहातील. आई-बाबांना बोलावून घेईन. तू वाट्टेल ते कर.'

'काय?'

'मग? मी मालक आहे ह्या घराचा. आजीने हे घर माझ्या नावे केलं आहे. तिच्या मृत्युपत्रात लिहिलंय तिने तसं. आणि तू तर हे घर सोडून, मी अगदी लहान होतो तेव्हा मला सोडून गेली होतीस ना? आता मी तुला सोडून देतोय. माझ्या घरात तू मला नकोस. एकसारखं, हे करू नकोस, तसा वागू नकोस ही कटकट नको. इथे रहायचं असेल तर गपचूप रहायचं. तू जा आता. मला गाणी ऐकायची आहेत.'

वैष्णवी थंड पडली. सागरची एवढी मिजास का होती हे तिला आत्ता कळलं. स्वतःचं ह्या घरातलं स्थानही समजलं. चिडलेली वैष्णवी एकदम शांत झाली. स्वतःच्या रूममध्ये आली. मटकन पलंगावर बसली. किती वेळ असाच गेला. मग अचानक उठली. कपाटावर ठेवलेली रिकामी सूटकेस तिने स्टुलावर चढून खाली काढली. कपाटातून आपल्या सर्व वस्तू एक-एक करून बॅगेत व्यवस्थित भरू लागली. मग तिने स्नान केलं. स्टार्च केलेली साडी परिधान केली. हलकासा मेकअप केला. आपलं सगळं सामान तिने गोळा केलं आणि घराचं दार उघडलं. जड बॅग घेऊन ती उंबरठ्याबाहेर पडली. सुषमा, प्रतोष, सागर ह्यांच्याकडे बघून छानशी हसली. दार लोटून घेतलं. एक वादळ, ओढूनताणून आणलेलं - आणि कधीच तयार न झालेलं नातं संपलं. जिन्याची एक-एक पायरी उतरत असताना, मनाने मात्र ती एक-एक पायरी वर, वर चढत गेली. शांत, कुठलाही दबाव नसलेली, जणू आभाळापर्यंत चढत जाणारी एक-एक पायरी...!

■